Puff Sætabrauð Leikni

Yfir 100 ljúffengar uppskriftir til að lyfta bökunarleiknum þínum. Allt frá klassískum smjördeigshornum til nútímalegra snúninga, heillaðu gestina með fullkomlega flögandi kökum

Daníel Gunnarsson

EFNISYFIRLIT

KYNNING

Verið velkomin í heim laufabrauðsins, þar sem flögnuð lög og smjörkennd góðgæti ræður ríkjum. Hvort sem þú ert vanur sætabrauðsmatreiðslumaður eða heimabakari sem vill bæta leikinn þinn, þá hefur þessi matreiðslubók eitthvað fyrir alla. Með yfir 100 uppskriftum, allt frá klassískum smjördeigshornum upp í nútíma ívafi, munt þú læra hvernig á að búa til glæsilegt kökur sem mun vekja hrifningu fjölskyldu þinnar og gesta.

Vertu tilbúinn til að ná tökum á listinni við lagskipt deig, leyndarmálið á bak við hið fullkomna laufabrauð. Allt frá bragðmiklum tertum til sætra góðgæti, þessi matreiðslubók hefur uppskriftir fyrir öll tilefni. Heilldu brunch gestina þína með bragðmiklum rúllupylsum, lyftu forréttaleiknum þínum með glæsilegum ostastráum, eða dekraðu við sætt og decadent súkkulaði og heslihnetudönsku.

Auðvelt er að fara eftir uppskriftunum okkar og við höfum látið fylgja með skref-fyrir-skref leiðbeiningar og myndir til að leiðbeina þér á leiðinni. Þú munt læra hvernig á að búa til flöktandi, smjörkennd lög sem munu örugglega heilla jafnvel hygginn sætabrauðsunnendur.

Svo hvort sem þú ert aðdáandi sígildra franskra sætabrauða eða ert að leita að nútímalegum ívafi á klassíkinni, þá hefur þessi matreiðslubók allt sem þú þarft til að verða laufabrauðsmeistari.

MORGUNMATUR OG BRUNCH

1. Brunch Puff með pylsusósu

Skammtar: 9 skammtar

HRÁEFNI

- 7 stór egg, skipt í notkun
- 1/4 bolli 2% mjólk
- 1/4 tsk salt
- 1/4 tsk auk 1/8 tsk pipar, skipt
- 1 matskeið smjör
- 1 matskeið vatn
- 1 pakki (17,3 aura) frosið laufabrauð, þíðt
- 8 aura sneið deli skinka (1/4 tommu þykk)
- 1 bolli rifinn cheddar ostur

PYLSUSÓT:

- 3/4 pund Jones No Sugar Svínakjötspylsa rúllupylsa
- 1 umslag sveitasósublanda

LEIÐBEININGAR

a) Stillið ofn á að forhita í 400 gráður. Þeytið 1/4 tsk pipar, salt, mjólk og 6 egg í lítilli skál þar til blandast saman.

b) Hitið smjörið á stórri steikarpönnu sem er húðuð með matreiðsluúða á miðlungshita. Hellið eggjablöndunni út í og látið malla á meðan hrært er bara þar til ekkert fljótandi egg er eftir og eggin verða þykk. Taktu það af hitanum.

c) Þeytið afganginn af egginu með vatni í lítilli skál. Brettu út 1 lak af smjördeigi á létt hveitistráðu yfirborði og rúllaðu því í 10 tommu ferning. Færið yfir á bökunarplötu klædda bökunarpappír. Leggðu skinkuna ofan á sætabrauðið í innan við 1 tommu frá brúnunum og settu hrærð egg ofan á. Stráið osti yfir.

d) Penslið brúnirnar á deiginu með þeyttri eggjablöndunni. Rúllið afgangnum af smjördeiginu í 10 tommu ferning og setjið það ofan á fyllinguna.

e) Notaðu gaffal til að þrýsta á brúnirnar til að þétta, skerið síðan rifa ofan á. Penslið auka eggjablöndu ofan á og stráið afgangi af pipar yfir.

f) Látið bakast þar til það verður gullinbrúnt eða í 20 til 25 mínútur.
g) Í millitíðinni skaltu elda pylsuna á stórri pönnu í 6-8 mínútur við meðalhita eða þar til hún hefur engan bleikan lit og brjóta hana í mola. Notaðu göt til að taka það út og látið renna af á pappírshandklæði. Losaðu þig við dropann og þurrkaðu pönnuna hreina ef þarf.
h) Undirbúið sósublönduna eftir pakkningaleiðbeiningunum á sömu pönnu. Blandið pylsunni saman við. Berið það fram með sætabrauði.

2. Eggja morgunverðarbökur

Gerir: 4

HRÁEFNI

- 250 g af tilbúnu laufabrauði
- 4 egg úr lausagöngu
- 2 sveppir skornir í sneiðar
- 6-8 sneiðar af röndóttu beikoni
- Kirsuberjatómatar
- Ferskt timjan
- Þurrkaðar reyktar chiliflögur
- Handfylli rifinn ostur að eigin vali

LEIÐBEININGARs

a) Fyrst skaltu láta ofninn kólna þar til hann nær um 180°C.
b) Skerið smjördeigið í fjóra ferninga og setjið á bökunarpappírsklædda ofnpönnu til að baka með háum hita.
c) Bakið í 10 mínútur, eða þar til deigið hefur bólgnað upp og farið að verða gullbrúnt.
d) Steikið beikonið þitt. Bætið sveppunum og skvettu af ólífuolíu út í þegar beikonið er byrjað að eldast.
e) Eftir að kökurnar hafa verið fjarlægðar úr viðarofninum, ýttu niður miðjunni á hverri til að hækka hliðarnar aðeins.
f) Leggið beikonið og sveppina ofan á, fylgt eftir með ríkulegu osti yfir. Bættu nokkrum af kirsuberjatómötum við hliðarnar ef þú ert áræðin.
g) Brjóttu egg í miðju hverrar böku í viðareldandi ofninum þínum og eldaðu í 10-15 mínútur í viðbót.
h) Þegar eggin eru tilbúin skaltu fjarlægja þau af pönnunni og njóta dýrindis morgunverðarins þíns!

3. Rauð pipar & bakaðar eggjagalettur

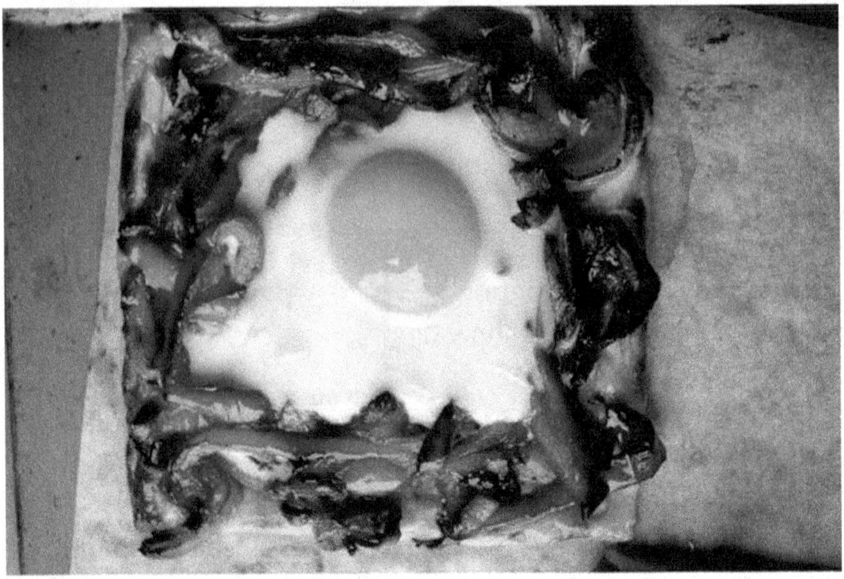

Gerir: 4

HRÁEFNI

- 4 meðal rauðar paprikur, helmingaðar, fræhreinsaðar og skornar í ræmur ⅜ tommu / 1 cm breiðar
- 3 litlir laukar, helmingaðir og skornir í báta ¾ tommu / 2 cm á breidd
- 4 timjangreinar, blöð tínd og saxuð
- 1½ tsk malað kóríander
- 1½ tsk malað kúmen
- 6 msk ólífuolía, auk auka til að klára
- 1½ msk flatlauf steinseljublöð, grófsöxuð
- 1½ msk kóríanderlauf, gróft hakkað
- 9 únsur / 250 g hágæða smjördeig
- 2 msk / 30 g sýrður rjómi
- 4 stór egg úr lausagöngu (eða 5½ oz / 160 g fetaostur, mulinn), auk 1 egg, létt þeytt
- salt og nýmalaður svartur pipar

LEIÐBEININGAR

a) Forhitið ofninn í 400°F / 210°C. Blandið saman papriku, lauk, timjanblöðum, möluðu kryddi, ólífuolíu og dágóðri klípu af salti í stóra skál. Dreifið út á pönnu og steikið í 35 mínútur, hrærið nokkrum sinnum á meðan á eldun stendur. Grænmetið á að vera mjúkt og sætt en ekki of stökkt eða brúnt, því það eldast frekar. Takið úr ofninum og hrærið helmingnum af ferskum kryddjurtum saman við. Smakkið til eftir kryddi og setjið til hliðar. Snúðu ofninn upp í 425°F / 220°C.

b) Á létt hveitistráðu yfirborði, fletjið smjördeiginu út í 12 tommu / 30 cm ferning um ⅛ tommu / 3 mm þykkt og skerið í fjóra 6 tommu / 15 cm ferninga. Stungið ferningana út um allt með gaffli og leggið þá, vel á milli, á bökunarpappírsklædda bökunarplötu. Látið standa í ísskápnum í að minnsta kosti 30 mínútur.

c) Takið deigið úr ísskápnum og penslið toppinn og hliðarnar með þeyttu eggi. Dreifið 1½ tsk af sýrða rjómanum yfir hvern ferning og skilið eftir ¼ tommu / 0,5 cm ramma í kringum brúnirnar með því að nota offset spaða eða aftan á skeið. Raðið 3 matskeiðum af piparblöndunni ofan á ferningana með sýrðum rjóma og látið brúnirnar standa skýrar til að lyfta sér. Það ætti að dreifa því nokkuð jafnt en skilja eftir grunna brunn í miðjunni til að halda eggi síðar.
d) Bakið galetturnar í 14 mínútur. Takið bökunarplötuna úr ofninum og brjótið heilt egg varlega ofan í holuna í miðju hvers deigs. Settu aftur í ofninn og eldaðu í 7 mínútur í viðbót, þar til eggin eru rétt stíf. Stráið svörtum pipar og restinni af kryddjurtunum yfir og dreypið olíu yfir.
e) Berið fram í einu.

4. Uppblásnar eggjatertur

Skammtar: 4

HRÁEFNI

- ½ frosið smjördeig, þíðt
- ¾ bolli Cheddar ostur, rifinn
- 4 stór egg
- 1 matskeið fersk steinselja, söxuð

LEIÐBEININGAR

a) Dreifið deigsplötunni á hveitistráðu yfirborði og skerið það í 4 jafnstóra ferninga.
b) Settu ferningana fjóra í SearPlate á Ninja Foodi Digital Air Fryer ofninum.
c) Flyttu SearPlate yfir í Ninja Foodi Digital Air Fryer ofninn og lokaðu hurðinni.
d) Veldu „Air Fry“ stillingu með því að snúa skífunni.
e) Ýttu á TEMP/SHADE hnappinn og breyttu gildinu í 300 °F.
f) Ýttu á TIME/SLICES hnappinn og breyttu gildinu í 10 mínútur, ýttu síðan á Start/Stop til að hefja eldun.
g) Þrýstu miðju hvers sætabrauðsfernings með því að nota bakhlið málmskeiðar.
h) Skiptið ostinum í þessar innskot og brjótið eitt egg í hvert sætabrauð.
i) Farðu aftur í ofninn og lokaðu ofnhurðinni.
j) Snúðu skífunni til að velja „Air Fry“ stillinguna.
k) Ýttu á TIME/SLICES hnappinn og notaðu skífuna aftur til að stilla eldunartímann á 11 mínútur.
l) Ýttu nú á TEMP/SHADE hnappinn og snúðu skífunni til að stilla hitastigið á 350 °F.
m) Skreytið ferningana með steinselju.
n) Berið fram heitt.

5. Afbyggt Quiche Lorraine

Þjónar: 4

HRÁEFNI

- 3 stór egg
- 3 sneiðar beikon, steikt og saxað
- 4 aura Gruyere ostur, rifinn
- ½ bolli grísk jógúrt
- 2 matskeiðar saxaður ferskur graslaukur, auk auka til að skreyta
  Klípa múskat
- ½ tsk salt
- 1 tsk pipar
- 1 blað laufabrauð í kæli

LEIÐBEININGAR

a) Notaðu kexskera til að skera smjördeigið í hringi. Bakið í samræmi við LEIÐBEININGAR á umbúðum þar til þær eru gullinbrúnar.
b) Forhitið vatnsbað í 165 °F
c) Þeytið egg, þeytið síðan jógúrt, graslauk, múskat, salt og pipar út í. Hrærið beikoni og osti saman við. Hellið eggjablöndu í poka og innsiglið með því að nota vatn LEIÐBEININGAR. Eggjablandan ætti að safnast í botninn á pokanum.
d) Settu pokann í baðið. Eldið í 20 mínútur, fjarlægðu síðan.
e) Fjarlægðu soðna eggið varlega á skurðbretti. Notaðu sama kexskera og þú notaðir til að skera sætabrauðið, skerðu hringi úr egginu. Setjið eina umferð af eggi á hverja sætabrauðshring. Stráið graslauk yfir.

6. Nutella og banana croissants

HRÁEFNI

1 lak af laufabrauði, þiðnað
1/4 bolli Nutella
1 banani, þunnar sneiðar
1 egg, þeytt
Púðursykur, til að rykhreinsa

LEIÐBEININGAR

Forhitaðu ofninn þinn í 400°F (200°C).
Á létt hveitistráðu yfirborði, rúllaðu laufabrauðsplötunni út í 12 tommu ferning.
Skerið ferninginn í 4 smærri ferninga.
Smyrjið matskeið af Nutella á hvern ferning og skiljið eftir smá kant í kringum brúnirnar.
Settu nokkrar bananasneiðar ofan á Nutella.
Rúllaðu upp hvern ferning frá einu horni í hið gagnstæða horn og myndaðu smjördeigsform.
Setjið smjördeigshornin á bökunarplötu klædda bökunarpappír.
Penslið smjördeigið með þeyttu egginu.
Bakið í 15-20 mínútur, þar til smjördeigin eru gullinbrún og uppblásin.
Stráið flórsykri yfir áður en borið er fram.

7. S'mores croissants

HRÁEFNI

1 lak af laufabrauði, þiðnað
1/4 bolli Nutella
1/4 bolli lítill marshmallows
1/4 bolli graham cracker mola
1 egg, þeytt
Púðursykur, til að rykhreinsa

LEIÐBEININGAR

Fylgdu leiðbeiningunum fyrir Nutella og Banana Croissants, en skiptu sneiðum banana út fyrir smá marshmallows og graham cracker mola. Stráið flórsykri yfir áður en borið er fram.

8. Viskí pylsurúllur

Hráefni:
1 pund morgunverðarpylsa
1/4 bolli viskí
1/4 bolli brauðrasp
1/4 bolli saxuð steinselja
1 tsk hvítlauksduft
Salt og pipar eftir smekk
1 lak laufabrauð, þiðnið

LEIÐBEININGAR:
Forhitaðu ofninn þinn í 400°F (200°C).

Blandið saman morgunverðarpylsunni, viskíinu, brauðmylsnu, steinselju, hvítlauksdufti, salti og pipar í blöndunarskál.

Fletjið smjördeigsplötuna út á hveitistráðu yfirborði og skerið í 8 jafna ferhyrninga.

Skiptið pylsublöndunni í 8 hluta og mótið hvern og einn í pylsuform.

Setjið hverja pylsu á laufabrauðsferhyrning og rúllið upp og þéttið brúnirnar.

Setjið rúllupylsurnar á bökunarplötu og bakið í 20-25 mínútur, eða þar til þær eru gullinbrúnar og eldaðar.

Berið fram heitt.

9. Trönuberja- og appelsínukróissantar

HRÁEFNI

1 lak af laufabrauði, þiðnað
1/4 bolli trönuberjasósa
1/4 bolli appelsínumarmelaði
1/4 bolli sneiddar möndlur
1 egg, þeytt
Púðursykur, til að rykhreinsa

LEIÐBEININGAR

Forhitaðu ofninn þinn í 375°F (190°C).
Fletjið smjördeiginu út á létt hveitistráðu yfirborði í stóran ferhyrning. Skerið deigið í 4 jafna þríhyrninga.
Blandið saman trönuberjasósu, appelsínumarmelaði og möndlum í blöndunarskál.
Dreifið matskeið af blöndunni á breiðasta hluta hvers þríhyrnings.
Rúllaðu smjördeigshornunum upp úr breiðasta endanum í átt að punktinum.
Setjið smjördeigshornin á bökunarplötu klædda bökunarpappír og penslið með þeyttu egginu.
Bakið í 15-20 mínútur, þar til smjördeigin eru gullinbrún og stökk.
Stráið flórsykri yfir áður en borið er fram.

10. Ananas croissants

HRÁEFNI

1 lak af laufabrauði, þiðnað
1 dós af muldum ananas, tæmd
1/4 bolli púðursykur
1/4 bolli ósaltað smjör, brætt
1 egg, þeytt
Púðursykur, til að rykhreinsa

LEIÐBEININGAR

Forhitaðu ofninn þinn í 375°F (190°C).
Fletjið smjördeiginu út á létt hveitistráðu yfirborði í stóran ferhyrning. Skerið deigið í 4 jafna þríhyrninga.
Blandið saman muldum ananas, púðursykri og bræddu smjöri í blöndunarskál.
Dreifið matskeið af ananasblöndunni á breiðasta hluta hvers þríhyrnings. Rúllaðu smjördeigshornunum upp úr breiðasta endanum í átt að punktinum.
Setjið smjördeigshornin á bökunarplötu klædda bökunarpappír og penslið með þeyttu egginu.
Bakið í 15-20 mínútur, þar til smjördeigin eru gullinbrún og stökk.
Stráið flórsykri yfir áður en borið er fram.

11. Plómukróissantar

HRÁEFNI

1 lak af laufabrauði, þiðnað
4-5 plómur, þunnar sneiðar
2 matskeiðar hunang
1/4 bolli möndlumjöl
1 egg, þeytt
Púðursykur, til að rykhreinsa

LEIÐBEININGAR

Forhitaðu ofninn þinn í 375°F (190°C).

Fletjið smjördeiginu út á létt hveitistráðu yfirborði í stóran ferhyrning. Skerið deigið í 4 jafna þríhyrninga.

Í blöndunarskál skaltu sameina sneiðar plómur, hunang og möndlumjöl.

Dreifið matskeið af plómublöndunni á breiðasta hluta hvers þríhyrnings. Rúllaðu smjördeigshornunum upp úr breiðasta endanum í átt að punktinum.

Setjið smjördeigshornin á bökunarplötu klædda bökunarpappír og penslið með þeyttu egginu.

Bakið í 15-20 mínútur, þar til smjördeigin eru gullinbrún og stökk.

Stráið flórsykri yfir áður en borið er fram.

12. Bríe og epla croissants

HRÁEFNI

1 lak af laufabrauði, þiðnað
4 aura af brie osti, sneið
1 epli, þunnt sneið
1 egg, þeytt
Elskan, til að rigna

LEIÐBEININGAR

Fylgdu leiðbeiningunum fyrir Classic Chocolate Croissants (Uppskrift 1), en skiptu saxaða súkkulaðinu út fyrir brie ost og sneið epli. Dreifið hunangi yfir áður en það er borið fram.

25 mínútur þar til þær eru gullinbrúnar.

13. Pizza Croissants

HRÁEFNI

1 lak af laufabrauði, þiðnað

1/2 bolli pizzasósa

1/2 bolli rifinn mozzarellaostur

1/4 bolli sneið pepperoni

1 egg, þeytt

Ítalskt krydd, til að strá yfir

LEIÐBEININGAR

Fylgdu leiðbeiningunum fyrir Classic Chocolate Croissants (Uppskrift 1), en skiptu saxaða súkkulaðinu út fyrir pizzusósu, rifinn mozzarella ost og niðurskorið pepperoni. Stráið ítölsku kryddi yfir áður en bakað er.

FORréttir og snarl

14. Auðveld ávaxtahjól

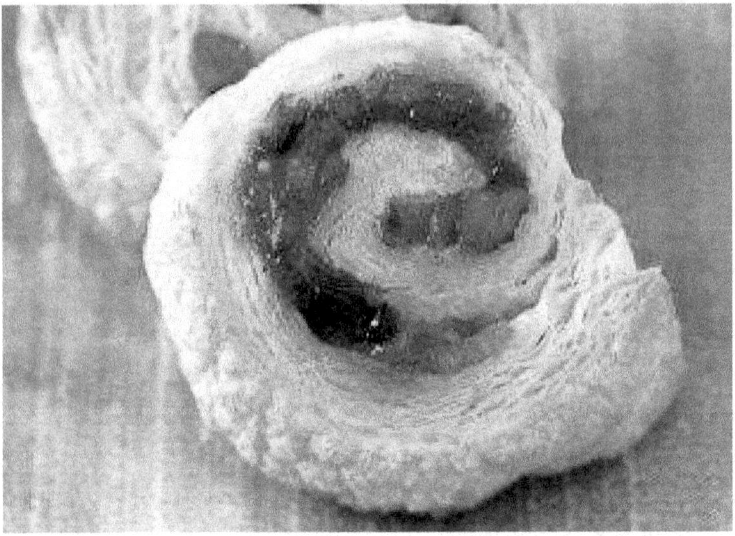

Gerir: 1 skammt

HRÁEFNI

- 1 frosið laufabrauðsblað; þiðnað
- ½ bolli sykur; (um)
- ½ bolli sulta eða sykur; (um)

LEIÐBEININGAR:

a) Forhitið ofninn í 400F. Fletjið sætabrauðsplötu út á vinnuborðið til að fjarlægja hrukkur.

b) Penslið sætabrauð með vatni. Byrjið á 1 brún, rúllið upp sætabrauði þétt með hlauprúllu stíl.

c) Skerið sætabrauð í rausnarlega ¼ tommu þykka hringi.

d) Setjið sykur á disk og þrýstið 1 umferð út í sykur. Setjið hring á bökunarplötu, sykurhliðin upp, stingið endanum undir. Endurtaktu með sætabrauðshringunum sem eftir eru. Ýttu á miðju umferðarinnar með fingri til að mynda litla holu.

e) Skeið 1 tsk sultu í holuna. Stráið kökum með auka sykri.

f) Bakið kökur þar til þær eru gullinbrúnar, um 20 mínútur. Kælið á grind.

15. Mangó og pylsur

Gerir: 12 skammta

HRÁEFNI

- 500 g pylsuhakk
- 36 lauf barnaspínat
- 185 g mangó chilli chutney
- 1 laukur smátt skorinn í teninga
- 1 tsk marokkóskt krydd valfrjálst
- 1 klípa salt og pipar
- 3 blöð laufabrauð
- 1 msk mjólk

LEIÐBEININGAR:

a) Blandið saman lauk, mangóchutney, pylsuhakki, salti, pipar og marokkósku kryddi í meðalstórri skál.

b) Dreifið yfir sætabrauðsplötur og skilið eftir lítið skarð á ystu endanum.

c) Hyljið kjötið með lagi af barnaspínatilaufum.

d) Rúllaðu sætabrauðinu frá næsta brún. Keyrðu sætabrauðsbursta dýfðan í mjólk meðfram ystu brúninni til að innsigla deigið í langa pylsuform.

e) Skerið í 12 sneiðar og leggið stykkin flatt á smurða bakka.

f) Bakið við 180C í 12-15 mínútur þar til eldað.

16. Pear laufabrauðshnúður

Gerir: 25 hjól

HRÁEFNI

- 1 lak laufabrauðsdeig þiðnað
- ⅔ bolli pera skorin í mjög litla teninga
- ¼ bolli Asiago ostur Ég nota Pipared Asiago ost, rifinn
- ⅛ bollar pistasíuhnetur smátt saxaðar
- ⅛ bolli þurrkuð trönuber smátt skorin
- ½ tsk rósmarín valfrjálst
- 1 egg, þeytt
- ½ tsk sjávarsalt

LEIÐBEININGAR:

a) Á hveitistráðu yfirborði skaltu bretta upp þíða smjördeigið og rúlla í stærri ferning, aðallega til að gera deigið þynnri.

b) Undirbúið fyllingarnar á stóru skurðarbretti. Skerið peruna í tvennt og fjarlægið kjarnann. Skerið peruna í þunnar sneiðar og skerið svo sneiðarnar í rendur og skerið svo í teninga.

c) Rífið ostinn niður með rifjárni, eða þú getur notað forrifinn ost.

d) Í lítilli skál þeytið eggið. Toppið deigið með allri fyllingunni Skiljið eina langhlið deigið án fyllingarinnar og penslið með þeyttu egginu.

e) Byrjaðu að rúlla deiginu yfir hráefnin í þétta rúllu. Lokaðu brúninni með þeyttu egginu.

f) Hitið ofninn í 400°F á meðan deigið er kalt.

g) Vefjið stokkunum inn í plast og kælið í kæli í klukkutíma. Eða á þessum tímapunkti geturðu fryst þessar rúllur í nokkra mánuði.

h) Eftir að sætabrauðið er kælt er það skorið í sneiðar. Ég skar mitt í ½" sneiðar. Setjið á bökunarplötu klædda silcon bökunarmottu. Penslið toppinn með eggþvottinum og stráið salti yfir.

i) Bakið kökurnar í 17-20 mínútur þar til þær eru ljósbrúnar.

j) Þessar kökur eru best bornar fram á meðan þær eru heitar.

k) Geymið afgang af kökum í loftþéttu umbúðum.

17. Kanil eplahjól

Gerir: 14 hjól

HRÁEFNI

- 1 lak smjörlaufabrauð
- 1 tsk malaður kanill
- 2 matskeiðar sykur
- 1 eldunarepli

LEIÐBEININGAR:

a) Hitið ofninn í 200 gráður C (390 F).
b) Takið sætabrauðið úr frystinum og afþíðið.
c) Klæðið bökunarplötu með bökunarpappír.
d) Blandið sykri og kanil saman í lítilli skál.
e) Afhýðið og kjarnhreinsið eplið. Skerið í litla teninga, um ½ cm (⅕ tommu).
f) Setjið sætabrauðið á bökunarplötuna og toppið með kanilsykri og fínt skornum eplum.
g) Byrjaðu að rúlla deiginu rólega frá þeim enda sem er næst þér. Haltu áfram að rúlla áfram, þokkalega fast, þar til þú ert kominn að lokum rúllunnar.
h) Hyljið matarfilmu og kælið deigsrúlluna í um 30 mínútur til að auðvelda að skera hana.
i) Skerið endana með hnífum og fargið.
j) Skerið hjólið um það bil 1 cm (½ tommu) þykkt.
k) Settu hjólin þín á tilbúna bökunarplötuna. Til að koma í veg fyrir að þær losni, klípið varlega utan á kökuendann á rúlluna með fingurgómunum.
l) Bakið í 12-15 mínútur, eða þar til gullbrúnt.
m) Berið fram heitt eða látið kólna alveg áður en það er geymt í lokuðu íláti.

18. Óslétt pestó og ólífuhjól

Gerir: 100

HRÁEFNI

- 12 aura Rjómaostur; mýkt
- 1 bolli rifinn parmesan
- 2 grænir laukar með toppum; hakkað
- ⅓ bolli Uppáhalds pestó sósan þín
- 1 pakki Frosnar laufabrauðsplötur; þíða þar til kalt
- Nóg til að rúlla en samt kælt
- 1½ bolli Þroskaðar ólífur með gryfju; fleygt eða gróft saxað

LEIÐBEININGAR:

a) Þeytið saman rjómaost, parmesan, grænan lauk og pestó þar til það hefur blandast vel saman. Á létt hveitistráðu yfirborði rúllaðu helmingnum af smjördeiginu (1 lak) í 10x6 tommu ferhyrning.

b) Dreifið helmingnum af ostablöndunni yfir sætabrauðið og hyljið það alveg.

c) Dreifið helmingnum af ólífunum yfir fyllinguna.

d) Rúllið langsum eins og hlauprúlla, byrjið á langhliðinni til að búa til stokk.

e) Endurtaktu með afganginum af sætabrauði, fyllingu og ólífum. Frystu trjáboli þar til þær eru fastar.

f) Hitið ofninn í 375 gráður. Takið timbur úr frysti 10-15 mín. fyrir bakstur.

g) Skerið í ¼ tommu þykka hringi.

h) Settu 1½ tommu í sundur á bökunarplötur sem ekki festast.

i) Bakið 10-12 mín. eða þar til þær eru ljósbrúnar.

19. Parmesan og pestó hjól

Gerir: 35 hjól

HRÁEFNI

- 1 lak frosið smjördeig
- ⅓ bolli Pestó sósa; keypt í búð eða heimagerð
- ½ bolli rifinn parmesanostur
- 1 egg; barinn með
- 1 tsk Vatn

LEIÐBEININGAR:

a) Þíða laufabrauð 20 mínútur. Brettu út og rúllaðu á létt hveitistráðu yfirborði í 14-x-11 ferhyrning. Dreifðu jafnt með pestósósu og stráðu parmesanosti yfir.

b) Byrjið á langbrúninni og rúllið upp sætabrauði eins og hlauprúllu.

c) Skerið sætabrauðsrúllu þversum í ⅜ tommu þykkar sneiðar. Setjið á létt smurða bökunarplötu og penslið með eggjablöndu.

d) Bakið við 400 gráður í 8 til 10 mínútur eða þar til gullinbrúnt. Færið yfir á vírgrind og berið fram á meðan það er heitt.

20. Ostasveppir laufabrauðshnífar

Gerir: 15

HRÁEFNI

- 1 lak laufabrauð, þiðnið
- 1 msk ólífuolía eða vegan smjör
- 1 lítill skalottur smátt skorinn
- 1 hvítlauksgeiri saxaður
- 1/2 tsk ferskt timjan
- 1/2 tsk svartur pipar eða eftir smekk
- 8 aura blandaðir sveppir saxaðir
- 1/2 matskeið lágnatríum tamari
- 1 matskeið hveiti til að rykhreinsa
- 1/2 bolli vegan mozzarella ostur
- 1/4 bolli vegan parmesanostur, rifinn

LEIÐBEININGAR:

a) Þiðið smjördeigið samkvæmt leiðbeiningum á pakka.

b) Forhitið ofninn í 425F. Klæðið bökunarplötu með bökunarpappír og setjið til hliðar.

c) Bræðið smjörið á pönnu við meðalháan hita. Bætið skalottlaukanum út í og steikið í 3 til 5 mínútur þar til ilmandi. Bætið sveppunum, timjaninu og svörtum pipar út í og blandið vel saman. Látið malla í 5-7 mínútur, hrærið af og til. Bætið hvítlauknum og tamari út í og steikið síðan í 1 til 2 mínútur til viðbótar. Takið af hellunni og setjið til hliðar.

d) Rykið létt hveiti á skurðbretti eða hreint vinnuborð og leggið síðan smjördeigið ofan á. Notaðu kökukefli til að rúlla smjördeiginu út þannig að það er um 12" x 15-16".

e) Stráið vegan mozzarella og parmesan yfir yfirborðið á deiginu og skilið eftir 1" kant á öðrum langa enda deigsins.

f) Notaðu spaða til að dreifa soðnu sveppunum yfir ostinn, haltu sömu mörkunum.

g) Notaðu bursta eða fingurna til að pensla létt yfir hreina brún deigið með vatni. Notaðu tvær hendur til að rúlla smjördeiginu upp í átt að brúninni, beittu aukaþrýstingi þegar þú ert kominn að endanum til að innsigla deigið.

h) Setjið rúllað deigið fyrst inn í ísskáp í 20-30 mínútur, svo það verði stinnara þegar þú notar hníf.

i) Renndu löngu stykki af þráð undir laufabrauðsrúlluna, krossaðu síðan þræðina tvo yfir toppinn til að mynda 1" stykki. Haltu áfram að toga í krossuðu þræðina þar til þeir skera alveg í gegnum rúlluna og færðu síðan yfir á bökunarplötuna.

j) Bakið í efstu grind ofnsins í 18 til 22 mínútur, þar til deigið er gullið.

k) Takið úr ofninum og berið fram heitt eða kalt.

21. Bragðmikil prosciutto hjól

Gerir: 24 skammta

HRÁEFNI

- 2 tsk frosið laufabrauð
- ½ pund smátt skorinn prosciutto; skipt
- 3 aura Nýrifinn parmesanostur; skipt
- 1 krukka sætt heitt sinnep - (4 oz); skipt
- 1 egg; barinn með
- 2 matskeiðar Vatn

LEIÐBEININGAR:

a) Þiðið smjördeig við stofuhita í 20 til 30 mínútur. Létt hveiti borð og rúlla út eina lak af sætabrauð til um 12 x 15 tommur. Dreifðu sætabrauðinu með helmingnum af sinnepi. Toppið með helmingnum af prosciutto, raðað í stök lög. Stráið prosciutto helmingnum af parmesanosti yfir. Þrýstu ostinum niður með fingrunum eða spaða. Rúllaðu sætabrauðinu í spíral.

b) Penslið brúnirnar með smá vatni og þrýstið á til að loka. Notaðu serrated hníf, sneið rúlluna í eins tommu pinwheels. Raðið hjólum á ofnplötu og þjappið þeim saman með botni glass eða bakhlið spaða.

c) Endurtaktu fyrir annað laufabrauðsblaðið og kældu síðan hjólin í kæli í 15 mínútur. Penslið hjólin með eggjaþvotti og bakið í 400 gráðu heitum ofni í tíu mínútur. Snúðu og bakaðu fimm til tíu mínútur í viðbót eða þar til gullinbrúnt.

22. Túnfisklaufabrauðshnúður

Gerir: 15 hjól

HRÁEFNI

- 1 blað laufabrauð
- 2 tsk extra virgin ólífuolía
- 1 meðalbrúnn/gulur laukur, smátt skorinn
- 6,5 aura niðursoðinn túnfiskur í olíu, vel tæmd
- ⅓ bolli cheddar ostur, rifinn
- 3 msk flatblaða steinselja, smátt skorin
- 1 tsk sítrónubörkur
- ¼ tsk cayenne pipar
- sjávarsalt og nýmalaður svartur pipar

LEIÐBEININGAR:

a) Forhitaðu ofninn þinn í 200 gráður C.

b) Útbúið bökunarplötu með bökunarpappír.

c) Takið smjördeigið úr frystinum og afþíðið.

d) Settu sætabrauðið aftur í ísskáp þegar það hefur verið affrost til að halda köldu.

e) Saxið laukinn smátt og steikið hann varlega í ólífuolíu í um það bil 8-10 mínútur, eða þar til hann er örlítið karamellaður. Setjið til hliðar til að kólna.

f) Tæmið dósina af túnfiski og bætið í meðalstóra skál. Maukið til að brjóta upp stóra bita.

g) Bætið soðnum lauknum og restinni af hráefnunum við túnfiskinn og blandið vel saman.

h) Athugaðu hvort kryddið sé að þínum smekk, bætið við meira salti, pipar eða sítrónuberki ef þarf.

i) Toppaðu deigið með túnfiskblöndunni þinni. Dreifið blöndunni jafnt út og passið að skilja eftir lítið bil í kringum brún deigið.

j) Notaðu bakhliðina á skeið eða gúmmíspaða, þrýstu niður á blönduna til að þjappa henni saman.

k) Byrjaðu að rúlla deiginu rólega frá þeim enda sem er næst þér. Haltu áfram að rúlla fram, hæfilega þétt, hafðu það eins þétt og mögulegt er, þar til þú ert kominn að lokum rúllunnar.

l) Setjið smjördeigið aftur í kæli í um það bil 15 mínútur til að stífna.

m) Notaðu hníf með hníf, snyrtu endana og fargaðu.

n) Notaðu síðan sama hníf og sneiðu hjól um það bil 1,5 cm (½") þykkt.

o) Settu hjólin þín á bökunarplötu. Ef smá blanda dettur út skaltu bara ýta henni varlega aftur inn.

p) Bakið í 15-20 mínútur, eða þar til deigið er orðið gullbrúnt og bakað í gegn.

q) Berið fram heitt úr ofni eða látið kólna niður í stofuhita.

23. Paprika Parmesan puffed ostastangir

Framboð: 3 tugir

HRÁEFNI

- 1 lak frosið laufabrauð, þíðt
- 1/4 bolli rifinn parmesanostur
- 1/2 tsk paprika
- 1/4 tsk salt
- 1/4 tsk þurrkað bragðmikið

LEIÐBEININGAR

a) Fletjið út laufabrauð. Myndaðu sætabrauðið í 10 tommu ferning á létt hveitistráðu vinnusvæði.

b) Blandið restinni af hráefnunum saman í lítilli skál og hellið yfir deigið. Skerið 12 ræmur úr sætabrauðinu, 3/4 tommu breiðar hver. Skerið hverja ræmu í þriðju, á breiddina.

c) Flyttu á bökunarplötur klæddar bökunarpappír, með 1 tommu millibili. Bakið í 5 til 7 mínútur við 375 gráður F, þar til gullbrúnt. Berið fram strax.

24. Litlir svín í hengirúmi

Skammtur: 1-1/2 tugi

HRÁEFNI

- 1 pakki (17,3 aura) frosið laufabrauð, þíðt
- 3 msk frælaus hindberjasulta
- 1 matskeið Dijon sinnep
- 1 umferð (8 aura) Camembert ostur
- 18 litlar reyktar pylsur
- 1 stórt egg
- 1 matskeið vatn

LEIÐBEININGAR

a) Forhitið ofninn í 425 ° F. Dreifið út laufabrauði og skerið 9 ferninga úr hverju sætabrauði. Skerið hvern ferning á ská til að búa til tvo þríhyrninga.

b) Blandið sinnepi og sultu saman í lítilli skál, blandið vel saman. Dreifið blöndunni yfir þríhyrninga. Skerið ost í tvennt þversum; skera síðan hvern helming í níu báta.

c) Setjið ostabát og pylsu ofan á hvern sætabrauðsþríhyrning. Dragðu deigskantana yfir pylsur og ost og lokaðu með því að þrýsta brúnunum saman.

d) Raðið deiginu á bökunarplötu klædda bökunarpappír. Þeytið vatn og egg saman í lítilli skál og penslið deigið með eggjaþvottablöndunni.

e) Bakið þar til gullið er brúnt, 15 til 17 mínútur.

25. Þistilhjörtur spínat

Framboð: 2 tugir

HRÁEFNI

- 1 dós (14 aura) vatnspökkuð þistilhjörtu, skoluð, tæmd og saxuð
- 1 pakki (10 únsur) frosið hakkað spínat, þíðað og kreist þurrt
- 1/2 bolli rifinn parmesanostur
- 1/2 bolli majónesi
- 1/2 tsk laukduft
- 1/2 tsk hvítlauksduft
- 1/2 tsk pipar
- 1 pakki (17,3 aura) frosið laufabrauð, þíðt

LEIÐBEININGAR

a) Blandið fyrstu sjö hráefnunum saman í lítilli skál. rúllaðu smjördeiginu út.

b) Dreifið ætiþistlablöndunni á hvert blað innan 1/2 tommu frá brúnum og rúllið síðan deiginu upp í hlauprúllustíl. Notaðu plast til að pakka inn og geymdu í frysti, um 30 mínútur.

c) Skerið hverja rúllu í 12 bita hverja rúllu með rifnum hníf. Flyttu yfir á smurða bökunarplötu, saumið með hliðinni niður.

d) Bakið í 18 til 22 mínútur við 400 gráður F þar til gullbrúnt.

26. Tiramisu snúningar

Gerir: 4 skammta

HRÁEFNI

- 200 grömm af Mascarpone
- 2 matskeiðar Kahlua, auk auka fyrir gljáa
- 2 matskeiðar flórsykur
- 1 blað smjördeig
- 30 grömm af dökku súkkulaði, skipt

LEIÐBEININGAR:

a) Þeytið mascarpone í lítilli blöndunarskál þar til það er mjúkt. Bætið Kahlua út í og þeytið sykrinum út í þegar það er alveg blandað saman. Leggðu smjördeigsplötuna út með stuttri brún að þér. Dreifið tiramisu fyllingunni jafnt yfir blaðið.

b) Notaðu pizzuskera eða beittan hníf til að skera sætabrauðið í 8 langar lóðréttar ræmur. Rífið 20 grömm af dökku súkkulaði yfir fyllinguna. Vinnið með einn bol í einu, takið í endann sem er lengst frá þér og leggið hann niður, í tvennt, ofan á sjálfan sig. Flyttu yfir á nonstick eða fóðraða ofnplötu, snúðu því tvisvar í kringum þig þegar þú leggur það niður. Lokaðu neðri brúninni varlega, endurtaktu síðan með restinni og kældu í 1 klukkustund.

c) Forhitið ofninn í 200C / 180C blástur. Eftir að kökurnar hafa kólnað í eina klukkustund, penslaðu þau létt með Kahlua og rífðu yfir fínt ryk af súkkulaðinu sem eftir er. Bakið í 15 mínútur þar til það er vel lyft og gullinbrúnt. Færið yfir á vírgrind til að kólna eða berið fram heitt.

27. Gráðostur og valhnetur Forréttir

HRÁEFNI

- Laufabrauð
- 1 bolli valhnetur
- 1 bolli Mölnuð gráðostur
- 1 egg þeytt með 1 flipa vatni

LEIÐBEININGAR

a) Saxaðu bara 1 bolla af valhnetum (fer eftir stærð brie sem þú þarft að hylja) og hrærðu í 1 bolla molna gráðosti. Þrýstið ofan á Brie og vefjið varlega inn blað af þíddu smjördeigsdeigi (fletjið út í þá stærð sem þarf).

b) Notaðu fingurna blauta með köldu vatni til að þétta botninn á sætabrauðinu. Skerið af umfram til að gera klippur.

c) Penslið með eggjablöndu.

d) Bakið á kökuplötu sem er þakið bökunarpappír í 375 gráðu heitum ofni í um 20 mínútur þar til þær eru gullnar. (Bökunarpappír gerir það einfalt að flytja Brie yfir í framreiðslurétt.) Látið bakað Brie standa í 20-30 mín. áður en það er skorið til að láta stífna aðeins.

28. Epli kökur

Skammtar: 6

HRÁEFNI

- ½ af stóru epli, afhýtt, kjarnhreinsað og saxað
- 1 tsk ferskur appelsínubörkur, fínt rifinn
- ½ matskeið hvítur sykur
- ½ tsk malaður kanill
- 7 aura tilbúið frosið laufabrauð

LEIÐBEININGAR

a) Blandið öllu hráefninu nema smjördeiginu saman í skál.
b) Skerið deigið í 16 ferninga.
c) Settu um það bil teskeið af eplablöndunni í miðju hvers fernings.
d) Brjótið hvern ferning í þríhyrning og þrýstið aðeins á brúnirnar með blautum fingrum.
e) Þrýstu síðan þétt á brúnirnar með gaffli.
f) Ýttu á AIR OVEN MODE hnappinn á Ninja Foodi Digital Air Fry ofninum og snúðu skífunni til að velja „Air Fry" stillingu.
g) Ýttu á TIME/SLICES hnappinn og snúðu aftur skífunni til að stilla eldunartímann á 10 mínútur.
h) Ýttu nú á TEMP/SHADE hnappinn og snúðu skífunni til að stilla hitastigið á 390 °F.
i) Ýttu á „Start/Stop" hnappinn til að byrja.
j) Þegar tækið pípir til að sýna að það sé forhitað skaltu opna ofnhurðina.
k) Raðið kökunum í smurða loftsteikingarkörfuna og setjið í ofninn.
l) Þegar eldunartímanum er lokið skaltu opna ofnhurðina og setja kökurnar yfir á fat.
m) Berið fram heitt.

29. Nutella sætabrauð snúningur

Gerir: 15 snúninga

HRÁEFNI

- 17,3 aura pakki frosið laufabrauð, þiðnað en kalt
- hveiti, til að rykhreinsa vinnuflöt
- 1 bolli Nutella
- 1 stórt egg
- grófur slípusykur, valfrjálst

LEIÐBEININGAR:

a) Hitið ofninn í 350 gráður.

b) Klæðið bökunarplötu með bökunarpappír og smyrjið létt með eldunarspreyi.

c) Brettu eina lak af smjördeiginu út á létt hveitistráða vinnuborð. Notaðu kökukefli, rúllaðu sætabrauðinu létt til að þétta allar brjóta saman.

d) Dreifið Nutella á útflétta smjördeigsdeigið.

e) Fletjið út aðra blaðið af smjördeigsdeigi og leggið ofan á fyrsta blaðið.

f) Skerið deigið í eins tommu breiðar ræmur og snúið hverri ræmu í snúning og setjið á bökunarplötuna.

g) Í lítilli skál, þeytið eggið og penslið það síðan á snúningana.

h) Stráið slípsykri yfir snúningana ef vill.

i) Bakið í 15 til 18 mínútur þar til þær eru gullinbrúnar.

j) Takið snúningana úr ofninum og leyfið þeim að kólna í að minnsta kosti 5 mínútur á bökunarplötu.

30. Nutella heslihnetukökur

Gerir: 4-6 skammta

HRÁEFNI

- 1 lak frosið laufabrauð, þíðt
- ⅓ bolli smátt saxaður, ristaður
- 1 bolli Nutella

LEIÐBEININGAR:

a) Setjið Nutella og heslihnetur jafnt yfir smjördeig.

b) Taktu langbrúnina og rúllaðu um fyllinguna þar til þú nærð miðjunni og gerðu það sama við hinn langkantinn til að mæta fyrstu rúllunni í miðjunni.

c) Kældu það í að minnsta kosti þrjátíu mínútur áður en þú gerir eitthvað annað.

d) Stilltu ofninn þinn á 450 gráður F.

e) Takið deigið út og skerið það í sneiðar sem eru u.þ.b. ¾ tommu.

f) Setjið þessar sneiðar inn í forhitaðan ofn yfir bökunarplötu og bakið í 7 mínútur áður en henni er snúið við og bakað í 5 mínútur í viðbót.

g) Berið fram.

31. Nutella laufabrauðsrúllur

Gerir: 25

HRÁEFNI

- 1 (8 aura) pakki phyllo deig, þíða
- ½ (13 aura) krukka Nutella
- ½ bollar brætt smjör

LEIÐBEININGAR:

a) Stilltu ofninn á 400 gráður áður en þú gerir eitthvað annað.

b) Taktu eitt stykki af phyllo og klæddu helminginn af því með smjöri og brjótið síðan hina hliðina yfir smurðu hliðina.

c) Bætið 1 matskeið af heslihnetuáleggi í miðju deigsins og setjið afganginn af smjörinu utan um restina af yfirborði deigsins.

d) Rúllaðu nú þessu deigi í túpu og settu það á kökuplötu.

e) Haltu áfram að útbúa deigstykkin á þennan hátt þar til allt hráefnið hefur verið uppurið.

f) Eldið þær nú í ofni í 12 mín.

g) Njóttu.

32. Nutella laufabrauð með heslihnetum

Gerir: 34

HRÁEFNI

- 1 (17,25 oz) pakki frosið laufabrauð, þiðnað
- 11 matskeiðar Nutella
- ½ bollar saxaðar heslihnetur (valfrjálst)
- 6 tsk púðursykur

LEIÐBEININGAR:

a) Stilltu ofninn þinn á 425 gráður F áður en þú gerir eitthvað annað.

b) Dreifið Nutella yfir flatt smjördeig áður en það er toppað með heslihnetum.

c) Brjóttu það upp í rétthyrningaform áður en það er skorið í hálfa tommu sneiðar.

d) Setjið þetta á eldfast mót og stráið smá flórsykri yfir.

e) Bakið þetta í forhituðum ofni í um það bil 15 mínútur eða þar til hann er gullinbrúnn.

f) Kældu það niður.

g) Berið fram.

33. Radish Puffs með Mustard Micros

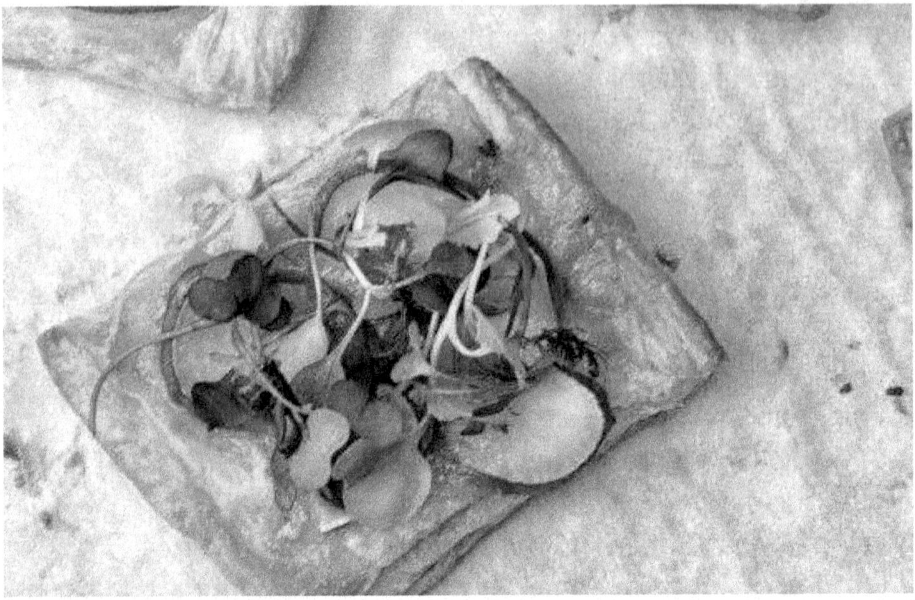

Gerir: 4

HRÁEFNI

- 2 laufabrauðsplötur, skornar í 12 bita
- 1 hrært egg
- 5 aura af muldum geitaosti
- 10 til 12 radísur í þunnar sneiðar
- Handfylli sinneps örgrænu
- 1 tsk sjávarsalt

LEIÐBEININGAR:

a) Hitið ofninn í 400 gráður.

b) Setjið sætabrauð á bökunarplötur og búið til smá vör á styttri hliðinni með því að brjóta báða endana yfir.

c) Notaðu eggjaþvott til að pensla sætabrauðið. Notaðu gaffal til að stinga hvert sætabrauð nokkrum sinnum.

d) Bakið kökur í 8 til 10 mínútur, þar til þær eru gullinbrúnar og loftkenndar.

e) Dreifið geitaosti á kruðeríin og skreytið með niðurskornum radísum.

f) Bakið í 8 til 10 mínútur í viðbót, eða þar til sætabrauðið er gullbrúnt og radísurnar eru hálfgagnsærar.

g) Toppið hvert sætabrauð með örgrænu og smá salti og berið fram strax.

34. Air Fryer Sweet Twists

Þjónar: 2

HRÁEFNI

- 1 kassi keypt laufabrauð
- ½ tsk kanill
- ½ tsk sykur
- ½ tsk svört sesamfræ
- Salt, klípa
- 2 msk parmesanostur, rifinn

LEIÐBEININGAR

a) Setjið deigið á vinnuborð.
b) Taktu litla skál og blandaðu saman osti, sykri, salti, sesamfræjum og kanil.
c) Þrýstu þessari blöndu á báðar hliðar deigsins.
d) Skerið nú sætabrauðið í 1" x 3" ræmur.
e) Snúðu hverri ræmu 2 sinnum og leggðu hana síðan á sléttuna.
f) Flyttu það yfir í loftsteikingarkörfuna.
g) Veldu loftsteikingarstillingu við 400 gráður F í 10 mínútur.
h) Þegar það er eldað, berið fram.

35. Apple velta

HRÁEFNI

- 2 epli, afhýdd, kjarnhreinsuð og skorin í teninga
- 1 msk sykur, auk auka til að strá yfir
- klípa af kanil
- 1 egg, létt þeytt
- 2 blöð laufabrauð, þíða
- 1 teskeið af flórsykri (má sleppa)

LEIÐBEININGAR

a) Blandið saman eplum, sykri og kanil í lítilli skál. Blandið saman þannig að eplið verði húðað.

b) Skerið báðar laufabrauðsblöðin í fernt þannig að hver lak hafi fjóra ferninga.

c) Hellið eplablöndunni á hvern ferning og penslið brúnirnar með egginu.

d) Brjótið hvern ferning yfir sig til að mynda þríhyrning. Þrýstið niður brúnunum og þéttið með því að þrýsta með gaffli.

e) Penslið toppa hvers þríhyrnings með egginu og stráið aukasykri yfir.

f) Settu fjóra þríhyrninga í Air fryer körfuna. Bakið við 180°C í 11 mínútur eða þar til gullinbrúnt og fullkomlega blásið. Þú þarft að elda í tveimur lotum.

36. Lemony Sweet Twists

Þjónar: 2

HRÁEFNI

- 1 kassi keypt laufabrauð
- ½ tsk sítrónubörkur
- 1 matskeið af sítrónusafa
- 2 tsk púðursykur
- Salt, klípa
- 2 msk parmesanostur, nýrifinn

LEIÐBEININGARs

a) Setjið smjördeigsdeigið á hreint vinnusvæði.
b) Blandið saman parmesanosti, púðursykri, salti, sítrónuberki og sítrónusafa í skál.
c) Þrýstu þessari blöndu á báðar hliðar deigsins.
d) Skerið nú deigið í 1" x 4" ræmur.
e) Snúðu hverri ræmunni.
f) Flyttu það yfir í loftsteikingarkörfuna.
g) Veldu loftsteikingarstillingu við 400 gráður F í 9-10 mínútur.
h) Þegar búið er að elda, berið fram og njótið.

37. Loftsteikt beikonhjól

Fyrir: 8 hjól

1 blað laufabrauð
2 matskeiðar hlynsíróp
¼ bolli púðursykur
8 sneiðar beikon
Malaður svartur pipar, eftir smekk
Matreiðsluprey

Spreyttu loftsteikingarkörfunni með eldunarúða.
Rúllaðu smjördeiginu í 10 tommu ferning með kökukefli á hreinu vinnuborði og skerðu síðan deigið í 8 ræmur.
Pensilið lengjurnar með hlynsírópi og stráið sykri yfir og skilið eftir 1 tommu fjær enda óhylja.
Raðaðu hverri beikonsneið á hverja ræmu og láttu ⅛ tommu lengd af beikoni hanga yfir endann nálægt þér. Stráið svörtum pipar yfir.
Frá endanum sem er nálægt þér skaltu rúlla ræmunum í hjól, þvoðu síðan afhjúpa endann með vatni og lokaðu rúllunum.
Raðið hjólunum í körfuna og sprittið með matreiðsluúða.
Settu loftsteikingarkörfuna á bökunarformið og renndu í grindstöðu 2, veldu Air Fry, stilltu hitastigið á 360ºF (182ºC) og stilltu tímann á 10 mínútur.
Snúðu hjólunum hálfa leið.
Þegar eldavélinni er lokið ættu hjólin að vera gullinbrún. Takið úr ofninum og berið fram strax.

38. Osta og skinku snúningur

HRÁEFNI

1 lak laufabrauð, þiðnið
1/2 bolli rifinn cheddar ostur
1/2 bolli sneið skinka
1 egg, þeytt

LEIÐBEININGAR

Forhitið ofninn í 400°F (200°C).

Á létt hveitistráðu yfirborði, fletjið smjördeiginu út í um það bil 1/4 tommu þykkt.

Stráið rifnum cheddar osti og skinku í teningum jafnt yfir smjördeigið.

Skerið smjördeigið í 12 jafnstóra ræmur.

Snúðu hverri ræmu nokkrum sinnum og leggðu á bökunarplötu klædda bökunarpappír.

Penslið hvern snúning með þeyttu eggi.

Bakið í 15-20 mínútur þar til þær eru gullinbrúnar.

Berið fram heitt.

39. Bláberjarjómaostur danskur

HRÁEFNI

1 lak laufabrauð, þiðnið
1/2 bolli bláber
1/2 bolli rjómaostur, mildaður
1/4 bolli flórsykur
1 egg, þeytt

LEIÐBEININGAR

Forhitið ofninn í 400°F (200°C).

Á létt hveitistráðu yfirborði, fletjið smjördeiginu út í um það bil 1/4 tommu þykkt.

Skerið smjördeigið í 4 jafna ferninga.

Blandið saman bláberjum, rjómaosti og flórsykri í skál.

Setjið um 1/4 bolla af bláberjarjómaostablöndunni á hvern smjördeigsferning.

Brjótið smjördeigið yfir bláberjarjómaostablönduna til að mynda þríhyrning og þrýstið brúnunum saman til að loka.

Notaðu gaffal til að þrýsta niður á brúnirnar og búðu til skrautmunstur.

Penslið hverja veltu með þeyttu eggi.

Bakið í 20-25 mínútur þar til þær eru gullinbrúnar.

Berið fram heitt.

40. Laufadeigs pylsurúllur

HRÁEFNI

1 lak laufabrauð, þiðnið
4 pylsur, hlífar fjarlægðar
1 egg, þeytt

LEIÐBEININGAR

Forhitið ofninn í 400°F (200°C).
Á létt hveitistráðu yfirborði, fletjið smjördeiginu út í um það bil 1/4 tommu þykkt.
Skiptið pylsukjötinu í 4 jafna hluta og mótið hvern skammt í stokk.
Setjið hvern pylsustokk á smjördeigið og rúllið smjördeiginu utan um pylsustokkinn, þrýstið brúnunum saman til að loka.
5. Skerið hverja rúllupylsu í 4 jafna bita.

Setjið rúllupylsurnar á bökunarplötu klædda bökunarpappír.

Penslið hverja rúllupylsu með þeyttu eggi.

Bakið í 20-25 mínútur þar til gullinbrúnt og pylsan er elduð í gegn.

Berið fram heitt.

41. Súkkulaði og heslihnetur

HRÁEFNI

1 lak laufabrauð, þiðnið
1/4 bolli Nutella eða súkkulaði heslihnetuálegg
1/4 bolli saxaðar heslihnetur
1 egg, þeytt

LEIÐBEININGAR

Forhitið ofninn í 400°F (200°C).

Á létt hveitistráðu yfirborði, fletjið smjördeiginu út í um það bil 1/4 tommu þykkt.

Dreifið Nutella- eða súkkulaðiheslihnetuálegginu yfir smjördeigið.

Stráið söxuðum heslihnetum yfir áleggið.

Skerið smjördeigið í um það bil 1 tommu breiðar ræmur.

Snúðu hverri ræmu nokkrum sinnum og leggðu á bökunarplötu klædda bökunarpappír.

Penslið hvern snúning með þeyttu eggi.

Bakið í 20-25 mínútur þar til þær eru gullinbrúnar.

Berið fram heitt.

42. Epli og kanil hjól

HRÁEFNI

1 lak laufabrauð, þiðnið
2 epli, afhýdd og smátt skorin
1/4 bolli sykur
1 tsk malaður kanill
1 egg, þeytt

LEIÐBEININGAR

Forhitið ofninn í 400°F (200°C).

Á létt hveitistráðu yfirborði, fletjið smjördeiginu út í um það bil 1/4 tommu þykkt.

Blandið saman söxuðum eplum, sykri og kanil í lítilli skál.

Dreifið eplablöndunni yfir smjördeigið.

Rúllaðu smjördeiginu þétt upp til að mynda stokk.

Skerið stokkinn í um það bil 1/2 tommu þykkar sneiðar.

Setjið sneiðarnar á bökunarplötu klædda bökunarpappír.

Penslið hvert hjól með þeyttu eggi.

Bakið í 20-25 mínútur þar til þær eru gullinbrúnar.

Berið fram heitt.

RAUNNI

43. Herbed Nautapottréttur með laufabrauði

Skammtar: 6 skammtar

HRÁEFNI

- 1 pund nautakjöt, skorið í 1 tommu teninga
- 1 matskeið canola olía
- 3 meðalstórar gulrætur, skornar í 1 tommu bita
- 1 til 2 miðlungs rauðar kartöflur, skornar í 1 tommu bita
- 1 bolli sneið sellerí (1/2 tommu stykki)
- 1/2 bolli saxaður laukur
- 1 hvítlauksgeiri, saxaður
- 2 dósir (10-1/2 únsur hver) þétt nautakjötssoð, óþynnt
- 1 dós (14-1/2 únsur) hægeldaðir tómatar, ótæmdir
- 1 tsk hver þurrkuð steinseljuflögur, timjan og marjoram
- 1/4 tsk pipar
- 2 lárviðarlauf
- 1 bolli afhýdd kjarni í teningum
- 3 matskeiðar hraðeldað tapíóka
- 1 til 2 pakkar (17,3 aura hver) frosið laufabrauð, þíða
- 1 eggjarauða
- 1/4 bolli þungur þeyttur rjómi

LEIÐBEININGAR

a) Brúnið nautakjöt í olíu í hollenskum ofni; álag. Blandið saman kryddi, tómötum, seyði, hvítlauk, lauk, sellerí, kartöflum og gulrótum.

b) Sjóðið það. Lækkið hitann, látið malla með loki þar til kjötið er næstum mjúkt, um 1 klst. Fjarlægðu lárviðarlaufin. Blandið tapioca og squash saman við, sjóðið aftur. Eldið í 5 mínútur. Takið af hitanum, látið kólna í 10 mínútur.

c) Í millitíðinni, á yfirborði sem er létt dreift með hveiti, veltið smjördeiginu út í 1/4 tommu þykkt. Með 10-oz. ramekin notað fyrir mynstur, skera út 6 sætabrauð hringi, um 1 tommu stærri en þvermál ramekin er.

d) Fylltu nautakjötsblönduna í 6 smurðar 10 oz. ramekin; settu sætabrauðshring ofan á hvern. Lokaðu deiginu við brúnirnar á ramekinunum, skerðu í rifurnar í hverju deigi. Ef þú vilt skaltu skera út 30 ræmur með sætabrauðsleifum.

e) Snúðu ræmunum, settu á hverja ramekin 5 ræmur. Lokaðu með því að klípa í brúnirnar. Blandið rjóma og eggjarauðu saman við, penslið yfir toppana.

f) Setjið á kökupappír. Bakið við 400° þar til það er orðið gullinbrúnt, um 30-35 mínútur. Látið standa í 5 mínútur áður en þú borðar.

44. Quick Pinto-kartöflu Empanadas

Gerir 4 empanadas

HRÁEFNI

- 11⁄2 bolli soðnar eða 1 (15,5 únsa) dós pinto baunir, tæmd og skoluð
- 1 lítil bökuð kartöflur, skrældar og grófsaxaðar
- 1⁄2 bolli tómatsalsa, heimabakað (sjá Fresh Tomato Salsa) eða keypt í búð
- 1⁄2 tsk chiliduft
- 1⁄2 tsk salt
- 1⁄4 tsk nýmalaður svartur pipar
- 1 lak frosið laufabrauð, þíðt

a) Forhitið ofninn í 400°F. Í meðalstórri skál, stappið baunirnar örlítið með gaffli. Bætið kartöflunni, salsa, chilidufti, salti og pipar út í. Maukið vel og setjið til hliðar.
b) Fletjið deigið út á létt hveitistráð borð og skiptið í fernt.
c) Skeið baunablöndunni á deigstykkin fjögur, skiptið jafnt. Fyrir hverja empanada skaltu brjóta annan enda deigsins yfir fyllinguna til að mæta hinum enda deigsins.
d) Notaðu fingurna til að innsigla og krumpa brúnirnar til að loka fyllingunni. Notaðu gaffal til að stinga ofan á empanadas og settu þær á ósmurða bökunarplötu.
e) Bakið þar til gullið er brúnt, um 20 mínútur.

45. Flatbrauð Caprese pizza

Skammtar fyrir hverja uppskrift: 4

HRÁEFNI

- 1 blað laufabrauð
- 1 tómatur, skorinn í sneiðar
- hveiti
- 1/2 pund mozzarellaostur, skorinn í sneiðar
- eggjaþvott
- 1/2 bolli pestósósa

LEIÐBEININGARs

a) Stilltu ofninn þinn á 425 gráður F áður en þú gerir eitthvað annað og klæddu bökunarplötu með bökunarpappír.
b) Setjið smjördeigsdeigið á létt hveitistráð yfirborð og rúllið í ferhyrning sem er minna en 1/4 tommu þykkt.
c) Raðið rúlluðu deiginu á tilbúna bökunarplötuna og hjúpið með eggþvottinum.
d) Eldið í ofni í um 10 mínútur.
e) Takið úr ofninum og dreifið pestóinu jafnt yfir bakaða deigið og síðan tómatsneiðar og mozzarella.
f) Eldið í ofni í um það bil 5 mínútur.
g) Njóttu heitt.

46. Lambapylsurúllur með harissa jógúrt

HRÁEFNI

- 2 matskeiðar extra virgin ólífuolía
- 1 hvítlaukur, smátt saxaður
- 3 hvítlauksrif, mulin
- 1 msk fínt saxað rósmarín
- 1 tsk kúmenfræ, mulin, plús aukalega
- 500 g lambahakk
- 3 blöð frosin smjörlaufabrauð, þíða
- 1 egg, létt þeytt
- 250 g þykk jógúrt í grískum stíl
- 1⁄4 bolli (75g) harissa eða tómatchutney
- Örmynta til að bera fram (valfrjálst)

LEIÐBEININGARs

a) Hitið ofninn í 200C. Hitið olíu á pönnu við meðalhita. Bætið lauknum út í og eldið í 3-4 mínútur þar til hann er mjúkur. Bætið hvítlauknum, rósmaríninu og kúmeninu út í og eldið í 1-2 mínútur þar til ilmandi. Takið af hitanum, kælið í 10 mínútur, blandið síðan saman við hakkið.

b) Skiptið blöndunni á milli sætabrauðsplata, leggið hana meðfram annarri brúninni til að mynda bjálka. Rúllið til að umlykja, penslið síðustu 3 cm af sætabrauðinu sem skarast með eggþvotti. Lokaðu og snyrtu sætabrauðið.

c) Setjið á bökunarpappírsklædda bökunarplötu, saumið með hliðinni niður og frystið í 10 mínútur. Þetta mun gera þá auðveldara að sneiða.

d) Skerið hverja rúllu í 4 og látið liggja á bakkanum. Penslið með eggjaþvotti og stráið auka kúmenfræjum yfir. Bakið í 30 mínútur eða þar til deigið er gullið og rúllurnar eldaðar í gegn.

e) Hrærið harissa í gegnum jógúrtina og berið fram með rúllupylsunum, dreift með myntu.

47. Svínalund með bökuðu laufabrauði

Gerir: 6 skammta

HRÁEFNI

- 1 lak af laufabrauði
- 1 svínaflök
- 6 sneiðar af beikoni
- 6 ostsneiðar
- 1 egg, þeytt

LEIÐBEININGAR:

a) Forhitið ofninn í 220°C.
b) Kryddið flök með pipar og brúnið á pönnu.
c) Geymið og látið kólna.
d) Teygðu laufabrauðsplötuna.
e) Í miðhlutanum eru ostsneiðarnar settar og síðan beikonsneiðarnar þannig að þær vefjist síðan hrygginn.
f) Þegar hryggurinn er kældur er hann settur á beikonið.
g) Lokið loks smjördeiginu.
h) Smyrjið svínalundinni vafinn inn í laufabrauð með þeyttu egginu og setjið í ofninn í um 30 mínútur.

48. Seitan En Croute

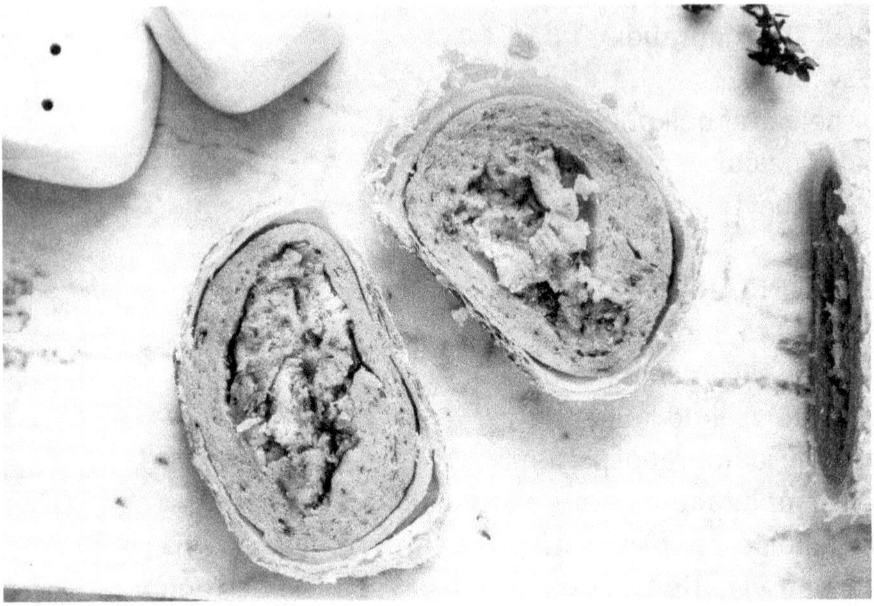

ÞJÓNAR:4

HRÁEFNI

- 1 matskeið ólífuolía
- 2 meðalstórir skalottlaukar, saxaðir
- aura hvítir sveppir, hakkaðir
- 1⁄4 bolli Madeira
- 1 matskeið söxuð fersk steinselja
- 1⁄2 tsk þurrkað timjan
- 1⁄2 tsk þurrkað bragðmikið
- 2 bollar fínt saxaðir þurrt brauðteningar
- Salt og nýmalaður svartur pipar
- 1 frosin laufabrauðsplata, þiðnuð
- (1⁄4 tommu þykkar) seitan sneiðar um 3 X 4 tommu sporöskjulaga eða ferhyrninga, þurrkaðar

LEIÐBEININGAR:

a) Hitið olíuna yfir miðlungshita í stórri pönnu.
b) Bætið skalottlaukunum út í og eldið þar til það er mjúkt, um það bil 3 mínútur. Bætið sveppunum út í og eldið, hrærið af og til, þar til sveppirnir eru mjúkir, um það bil 5 mínútur.
c) Bætið Madiera, steinselju, timjan og bragðmiklu saman við og eldið þar til vökvinn er næstum gufaður upp. Hrærið brauðteningunum saman við og kryddið með salti og pipar eftir smekk. Setjið til hliðar til að kólna.
d) Leggðu smjördeigsplötuna á stórt stykki af plastfilmu á flatt vinnuborð. Setjið annað stykki af plastfilmu ofan á og notið kökukefli til að rúlla deiginu örlítið út til að slétta út. Skerið deigið í fernt.
e) Setjið 1 sneið af seitan í miðjuna á hverju sætabrauðsstykki. Skiptið fyllingunni á milli þeirra, dreifið því yfir til að hylja seitanið. Toppið hverja af þeim seitan sneiðum sem eftir eru. Brjótið deigið upp til að hylja fyllinguna, krumpið brúnirnar með fingrunum til að loka.
f) Setjið sætabrauðspakkana, með saumahliðinni niður, á stóra ósmurða bökunarplötu og kælið í 30 mínútur. Forhitið ofninn í 400°F. Bakið þar til skorpan er gullinbrún, um 20 mínútur. Berið fram strax.

49. Pottera í Líbanon stíl

Skammtar fyrir hverja uppskrift: 8

HRÁEFNI

- 3 matskeiðar maukaður hvítlaukur
- 1/4 bolli mulinn jurtafetaostur
- 1 eggjarauða
- 1 frosin laufabrauðsplata, þiðnuð, skorin í tvennt
- 2 bollar saxað ferskt spínat
- 2 beinlausir roðlausir kjúklingabringur helmingar
- 2 matskeiðar basil pestó
- 1/3 bolli saxaðir sólþurrkaðir tómatar

LEIÐBEININGARs

a) Stilltu ofninn þinn á 375 gráður F áður en þú gerir eitthvað annað.
b) Hjúpaðu kjúklingabringur með blöndu af maukuðum hvítlauk og eggjarauðu í glerskál áður en þú hylr það með plastfilmu og kælir þessar kjúklingabringur í að minnsta kosti fjórar klukkustundir.
c) Setjið ½ af spínatinu í miðjuna á hálfu sætabrauðinu og setjið svo eitt stykki af kjúklingabringum yfir áður en 1 matskeið af pestói, sólþurrkuðum tómötum, fetaosti er bætt við og svo spínatinu sem eftir er.
d) Pakkið því upp með hinum helmingnum af deiginu.
e) Endurtaktu sömu skref fyrir brjóststykkin sem eftir eru.
f) Setjið allt þetta á eldfast mót.
g) Bakið í forhituðum ofni í um 40 mínútur eða þar til kjúklingurinn er meyr.
h) Berið fram.

50. Kjúklingapotta

Hráefni:
1 lak af laufabrauði
2 bollar af soðnum kjúklingi, skorinn í teninga
1 bolli af blönduðu grænmeti, þíðað
1 dós af þéttum rjóma af kjúklingasúpu
1/2 bolli af mjólk
Salt og pipar

LEIÐBEININGAR:
Forhitið ofninn í 400°F (200°C).
Blandið soðnum kjúklingi, blönduðu grænmeti, þéttri súpu, mjólk, salti og pipar saman í skál.
Fletjið smjördeigið út á létt hveitistráðu yfirborði og setjið í eldfast mót.
Hellið kjúklingablöndunni í sætabrauðið og hyljið það með öðru sætabrauði, krækjið brúnirnar til að loka.
Bakið í 30-35 mínútur eða þar til deigið er gullinbrúnt.

51. Beef Wellington

Hráefni:

2 laufabrauðsblöð
4 nautalundarsteikur
1/4 bolli Dijon sinnep
1/4 bolli saxaðir sveppir
1/4 bolli saxaður laukur
2 hvítlauksrif, söxuð
2 msk af smjöri
Salt og pipar

LEIÐBEININGAR:

Forhitið ofninn í 400°F (200°C).
Kryddið nautalundarsteikurnar með salti og pipar.
Bræðið smjörið á pönnu og steikið sveppina, laukinn og hvítlaukinn þar til þeir eru mjúkir.
Fletjið smjördeiginu út á létt hveitistráðu yfirborði og dreifið Dijon sinnepi á það.
Leggið nautalundarsteikurnar ofan á sinnepið og hellið sveppablöndunni yfir steikurnar.
Vefjið sætabrauðinu utan um nautakjötið og penslið það með eggjaþvotti.
Bakið í 25-30 mínútur eða þar til deigið er gullinbrúnt.

52. Salmon Wellington

Hráefni:

1 lak af laufabrauði
1 pund (450 g) laxaflök, roðið fjarlægt
1/2 bolli (120 g) rjómaostur, mildaður
1/4 bolli (60 ml) saxað ferskt dill
2 msk (30 ml) Dijon sinnep
1 msk (15 ml) sítrónusafi
Salt og pipar
1 egg, þeytt
Hveiti, til að rykhreinsa

LEIÐBEININGAR:

Forhitið ofninn í 400°F (200°C).
Fletjið smjördeiginu út á létt hveitistráðu yfirborði í ferhyrningaform.
Blandið rjómaostinum, söxuðu dilli, Dijon sinnepi, sítrónusafa, salti og pipar saman í skál.
Dreifðu rjómaostablöndunni jafnt yfir smjördeigið og skildu eftir 1 tommu (2,5 cm) brún.
Setjið laxaflakið ofan á rjómaostablönduna og brjótið deigið yfir til að umvefja laxinn alveg og loka brúnunum.
Penslið eggið yfir deigið og notið beittan hníf til að skera toppinn í ská mynstur.
Bakið í 25-30 mínútur eða þar til deigið er gullinbrúnt og laxinn eldaður í gegn.
Látið kólna í 5-10 mínútur áður en það er skorið í sneiðar og borið fram. Njóttu!

53. Grænmetispottbaka

Hráefni:

1 lak af laufabrauði
2 bollar af blönduðu grænmeti, þíða
1 dós af þéttum rjóma af sveppasúpu
1/2 bolli af mjólk
Salt og pipar

LEIÐBEININGAR:

Forhitið ofninn í 400°F (200°C).
Blandið saman grænmetinu, þéttu súpunni, mjólkinni, salti og pipar í skál.
Fletjið smjördeigið út á létt hveitistráðu yfirborði og setjið í eldfast mót.
Hellið grænmetisblöndunni í sætabrauðið og hyljið það með öðru sætabrauði, krumpið brúnirnar til að loka.
Bakið í 30-35 mínútur eða þar til deigið er gullinbrúnt.

EFTIRLITUR

54. Spínat og pestó opin baka

Skammtar fyrir hverja uppskrift: 1

HRÁEFNI

- 2 (12 oz.) roðlaus, beinlaus laxaflök
- kryddað salt eftir smekk
- 1/2 tsk hvítlauksduft
- 1 tsk laukduft
- 1 (17,25 oz.) pakki frosið laufabrauð, þiðnað
- 1/3 bolli pestó
- 1 (6 oz.) pakki spínatlauf

LEIÐBEININGARs

a) Stilltu ofninn þinn á 375 gráður F áður en þú gerir eitthvað annað.
b) Húðaðu laxinn með blöndu af salti, laukdufti og hvítlauksdufti áður en hann er settur til hliðar.
c) Setjið nú ½ af spínatinu á milli tveggja aðskilda laufabrauðsplötur, á meðan setjið meira í miðjuna og setjið laxaflök yfir hvern og einn í miðjunni áður en pestó og spínatið er sett.
d) Vætið upp brúnirnar með vatni og brjótið það saman.
e) Bakið þetta í forhituðum ofni í um 25 mínútur.
f) Kældu það niður.
g) Berið fram.

55. Blandaðar sveppatartlettur

Skammtar: 8 skammtar

HRÁEFNI

- 11/2 pund niðurskornir ferskir, ýmsir sveppir
- 1 meðalstór laukur, saxaður
- 1/2 bolli smjör
- 3 matskeiðar ólífuolía
- 1/2 bolli hvítvín eða þurrt vermút
- 1 tsk hakkað ferskt timjan eða 1/2 tsk þurrkað timjan
- 1 tsk salt
- 1 bolli þungur þeyttur rjómi
- 1 pakki (17,3 aura) frosið laufabrauð, þíðt
- 1 eggjarauða
- 1 tsk vatn

LEIÐBEININGAR

a) Hrærið laukinn og sveppina í olíu og smjöri í lotum á stórri pönnu þar til þeir eru mjúkir. Lækkið hitann í miðlungs og bætið salti, víni og timjan út í. Eldið þar til vínið er minnkað um helming og bætið síðan rjómanum við; hrærið. Haltu áfram að elda þar til blandan er orðin þykk, um það bil 10 mínútur. Takið af hitanum og setjið á aðra hliðina.

b) Rúllið út eina laufabrauðsplötu; myndast í 12x8 tommu rétthyrning. Skerið í 8 ferhyrninga bita. Merktu 1/2 tommu frá horni hvers sætabrauðs með beittum hníf (ekki skera í gegnum sætabrauðið).

c) Sett í bökunarplöturnar. Endurtaktu málsmeðferðina með restinni af smjördeiginu. Skolið sveppablönduna og dreifið í miðjuna.

d) Þeytið vatn og eggjarauðu; penslið á brúnirnar á deiginu.

e) Bakið í 13 til 16 mínútur við 400 gráður F, þar til gullbrúnt.

56. Karamellu eplastrudel

Skammtar: 8 skammtar

HRÁEFNI

- 5 meðalstór epli, skræld og hakkað (5 bollar)
- 3/4 bolli eplasafi eða safi
- 1/4 bolli sykur
- 1/2 tsk malaður kanill
- 1/4 tsk malað pipar
- 1/4 tsk malaður negull
- 1 frosin laufabrauðsplata, þiðnuð
- 1/4 bolli fitulaus karamelluís álegg
- 1 stórt egg
- 1 matskeið vatn
- 1 matskeið grófur sykur
- Sætur þeyttur rjómi og viðbótar karamelluís álegg, valfrjálst

LEIÐBEININGAR

a) Stilltu ofninn á 375 ° F til að forhita. Blandið fyrstu 6 hráefnunum saman í stórum potti. Látið sjóða. Lækkið hitann og látið malla án loks þar til eplin eru mjúk, um 15-20 mínútur; hrærið af og til. Setjið til hliðar og látið kólna alveg.

b) Rúllaðu laufabrauðinu út á stóra lak af smjörpappír og rúllaðu í 16x12 tommu rétthyrnd form. Færðu deigið með bökunarpappír yfir á bökunarplötu með stutthlið rétthyrningsins að þér.

c) Raðaðu eplum með rifaskeið á botn helminginn í innan við 1 tommu frá brún sætabrauðsins. Stráið eplum yfir karamellu sem álegg.

d) Byrjaðu á neðri hliðinni, rúllaðu upp í hlaup-rúllu stíl. Til að þétta og stinga endum undir, klípið saumana.

e) Blandið eggi saman við vatn í lítilli skál og penslið yfir deigið.

f) Stráið grófum sykri yfir. Gerðu rif eða rifur ofan á. Bakið þar til gullbrúnt, um 25 mínútur til hálftíma. Hrærið þeyttum rjóma og karamellu sem álegg, ef vill.

57. Súkkulaði heslihnetumús bollar

Skammtar: 6 skammtar

HRÁEFNI

- 1 pakki (10 aura) frosnar laufabrauðsskeljar, þiðnar
- 1/2 bolli þungur þeyttur rjómi
- 1 til 2 matskeiðar sælgætissykur
- 1/4 tsk vanilluþykkni
- 1/2 bolli mascarpone ostur
- 1/2 bolli Nutella
- 1/4 tsk malaður kanill
- 2 matskeiðar litla hálfsætar súkkulaðiflögur
- Viðbótar lítill hálfsæt súkkulaðiflögur, brætt, valfrjálst
- 2 matskeiðar saxaðar heslihnetur, ristaðar

LEIÐBEININGAR

a) Fylgdu LEIÐBEININGUM pakkans til að baka sætabrauðskeljar; alveg flott.
b) Þeytið rjóma þar til hann byrjar að þykkna í lítilli skál. Bæta við vanillu og sælgætissykri; þeytið þar til mjúkir toppar myndast.
c) Þeytið kanil, Nutella og mascarpone ost saman í annarri skál. Brjótið súkkulaðibitum og þeyttum rjóma saman við; sett í sætabrauðsskeljar. Dreypið bræddu súkkulaði yfir (valfrjálst).
d) Stráið heslihnetum yfir; kælið þar til borið er fram.

58. Napóleon smáræði

Gerir: 10 skammta

HRÁEFNI

- 17¼ aura pakki af frosnu laufabrauði, þíða
- 1 pakki af Instant vanillubúðingi og tertufyllingu
- 1½ bolli Mjólk
- 12 aura af þeyttu áleggi
- ½ bolli súkkulaðibragðssíróp

LEIÐBEININGAR:

a) Brjótið smjördeigið út og setjið hverja plötu á bökunarplötu.
b) Bakið í samræmi við LEIÐBEININGAR á pakkanum þar til þær eru gullnar.
c) Látið deigið kólna.
d) Þeytið búðingblönduna og mjólkina í stóra skál þar til þykknar.
e) Hrærið helmingnum af þeyttu álegginu saman við þar til það hefur blandast vel saman.
f) Brjótið kælt deigið í stóra bita og setjið þriðjung þeirra í botninn á stórri glerskál eða smárétti.
g) Hellið helmingnum af búðingblöndunni yfir og dreypið þriðjungi af súkkulaðisírópinu yfir.
h) Endurtaktu lögin og settu síðan afganginn af brotnu sætabrauðinu yfir, þeytta áleggið og súkkulaðisírópið sem eftir er.
i) Lokið og kælið í að minnsta kosti 2 klukkustundir áður en það er borið fram.

59. Balsamic ferskja og brie terta

Gerir: 6

HRÁEFNI

- 1 lak frosið laufabrauð, þíðt
- ⅓ bolli sítrónu basil pestó
- 1 (8 aura) hjól Brie ostur, börkur á og sneið
- 2 þroskaðar ferskjur, þunnar sneiðar
- Extra virgin ólífuolía
- Kosher salt og nýmalaður pipar
- 3 aura smátt skorinn prosciutto, rifinn
- ¼ bolli balsamik edik
- 2 til 3 matskeiðar hunang
- Fersk basilíkublöð, til framreiðslu

LEIÐBEININGAR:

1. Forhitið ofninn í 425°F. Klæðið bökunarplötu með bökunarpappír.
2. Rúllaðu smjördeiginu varlega út á hreint vinnuborð í 1⁄8 tommu þykkt og færðu það yfir á tilbúna bökunarplötu. Stungið deigið yfir allt með gaffli, dreifið síðan pestóinu jafnt yfir deigið og skilið eftir ½ tommu brún. Raðið Brie og ferskjum ofan á pestóið og dreypið létt með ólífuolíu yfir. Kryddið með salti og pipar og toppið með prosciutto. Stráið brúnum deigsins með pipar.
3. Bakið þar til sætabrauðið er gullið og prosciutto stökkt, 25 til 30 mínútur.
4. Á meðan, í lítilli skál, þeytið saman edik og hunang.
5. Takið tertuna úr ofninum, toppið með basilblöðum og dreypið hunangsblöndunni yfir. Skerið í bita og berið fram heitt.

60. Laukur og prosciutto terta

Gerir: 8 skammta

HRÁEFNI

- ½ pund laufabrauð
- 4 stórir laukar; hakkað
- 3 aurar Prosciutto; hægelduðum
- ½ tsk timjan
- ½ tsk rósmarín
- 2 matskeiðar Ólífuolía
- 12 stórar svartar ólífur í olíu; holóttur
- Nýmalaður svartur pipar
- Saltið ef þarf
- 1 egg

Steikið lauk í olíu með kryddjurtum þar til laukurinn er gegnsær. Bætið prosciutto út í og eldið í 3 mínútur. Kryddið með pipar og athugaðu saltið. Slappaðu af. Fletjið deigið út í rétthyrning sem er 11" x 9. Skerið 4 ræmur af deigi til að búa til brúnirnar og þrýstið þeim á brúnir rétthyrningsins. Færið yfir á kökuplötu og stráið brúnirnar með þeyttu eggi. Kælið í ½ klukkustund. Forhitið ofninn í 425°. Dreifðu laukblöndunni á tilbúið deig, bakaðu í 30 mínútur Lækkaðu hitann í 300, skreyttu tertu með sneiðum ólífum og haltu áfram að baka í 15 mínútur í viðbót.

61. Smores Casserole

Gerir: 8 skammta

HRÁEFNI

- 2 blöð frosin laufabrauð, þíða
- 1 pund rjómaostur, mildaður
- 1 bolli kornsykur
- 7 aura krukku marshmallow krem
- 9 graham kex
- 6 msk. brætt ósaltað smjör
- 1 bolli hálfsætar súkkulaðiflögur
- 2 bollar lítill marshmallows

LEIÐBEININGAR:

a) Hitið ofninn í 375°. Sprautaðu létt á 9 x 13 bökunarformi með eldunarúða sem festist ekki. Rúllaðu 1 laufa laufabrauð sem er nógu stórt til að það passi í botninn á bökunarforminu. Setjið smjördeigið í botninn á forminu. Stingið laufabrauðið yfir allt með gaffli.

b) Bakið í 4 mínútur. Takið úr ofninum og kælið alveg áður en það er fyllt.

c) Í blöndunarskál, bætið rjómaostinum og ¾ bolla af kornsykri saman við. Notaðu hrærivél á meðalhraða, þeytið þar til slétt og blandað saman. Bætið marshmallow kreminu í skálina. Blandið þar til það hefur blandast saman og dreifið yfir smjördeigið á pönnunni.

d) Myljið graham kexið í mola í lítilli skál. Bætið 2 msk kornsykri og 3 msk smjöri í skálina. Hrærið þar til það hefur blandast saman og stráið ofan á rjómafyllinguna.

e) Stráið súkkulaðibitunum og litlum marshmallows yfir. Veltið öðru laufabrauðsblaðinu nógu stórt til að það hylji toppinn.

f) Stingið deigið yfir allt með gaffli og setjið ofan á pottinn. Penslið 3 msk smjör ofan á smjördeigið. Stráið afgangnum af kornsykri yfir.

g) Bakið í 12-15 mínútur eða þar til smjördeigið er blásið og gullinbrúnt.

h) Takið úr ofninum og kælið í 5 mínútur áður en það er borið fram.

62. Burekas

Gerir: 18 LÍTIL BÆKUR

HRÁEFNI

- 1 lb / 500 g hágæða smjördeig
- 1 stórt lausagönguegg, þeytt

RICOTTA FYLLING

- ¼ bolli / 60 g kotasæla
- ¼ bolli / 60 g ricotta ostur
- ⅔ bolli / 90 mulinn fetaostur
- 2 tsk / 10 g ósaltað smjör, brætt

PECORINO FYLLING

- 3½ msk / 50 g ricotta ostur
- ⅔ bolli / 70 g rifinn lagaður pecorino ostur
- ⅓ bolli / 50 g rifinn lagaður Cheddar ostur
- 1 blaðlaukur, skorinn í 2 tommu / 5 cm hluta, hvítaður þar til hann er mjúkur og smátt saxaður (¾ bolli / 80 g samtals)
- 1 msk söxuð flatblaða steinselja
- ½ tsk nýmalaður svartur pipar

FRÆ

- 1 tsk nigella fræ
- 1 tsk sesamfræ
- 1 tsk gul sinnepsfræ
- 1 tsk kúmenfræ
- ½ tsk chile flögur

LEIÐBEININGAR

a) Fletjið deigið út í tvo 12 tommu / 30 cm ferninga hver ⅛ tommu / 3 mm þykkt. Setjið sætabrauðsplöturnar á bökunarpappírsklædda ofnplötu – þær geta hvílt ofan á hvort öðru, með smjörpappír á milli – og látið standa í ísskáp í 1 klst.

b) Setjið hvert sett af fyllingarhráefni í sérstaka skál. Blandið saman og setjið til hliðar. Blandið öllum fræjunum saman í skál og setjið til hliðar.

c) Skerið hverja sætabrauðsplötu í 4 tommu / 10 cm ferninga; þú ættir að fá 18 ferninga samtals. Skiptið fyrstu fyllingunni jafnt á helming ferninganna, setjið henni með skeið á miðju hvers fernings. Penslið tvær aðliggjandi brúnir hvers fernings með eggi og brjótið ferninginn í tvennt til að mynda þríhyrning. Þrýstu út hvaða lofti sem er og klíptu hliðarnar vel saman. Þú vilt þrýsta mjög vel á brúnirnar svo þær opnist ekki við eldun. Endurtaktu með hinum sætabrauðsferningunum og seinni fyllingunni. Setjið á bökunarpappírsklædda ofnplötu og kælið í ísskáp í að minnsta kosti 15 mínútur til að stífna. Forhitið ofninn í 425°F / 220°C.

d) Penslið tvær stuttar brúnir hvers sætabrauðs með eggi og dýfið þeim í fræblönduna; örlítið magn af fræjum, aðeins ⅙ tommu / 2 mm á breidd, er allt sem þarf, þar sem þau eru nokkuð ríkjandi. Penslið toppinn á hverju sætabrauði líka með eggi, forðastu fræin.

e) Gakktu úr skugga um að kökurnar séu með um það bil 1¼ tommu / 3 cm millibili. Bakið í 15 til 17 mínútur, þar til gullinbrúnt yfir allt. Berið fram heitt eða við stofuhita. Ef eitthvað af fyllingunni rennur út úr kökunum við bakstur skaltu bara troða því varlega aftur inn þegar þau eru nógu köld til að höndla.

63. Maple-Pear Tarte Tatin

8 Afrakstur: 1 1 tommu terta

HRÁEFNI

- ½ (17,3 aura) pakki frosið laufabrauð, þíða
- ¼ bolli smjör
- ⅓ bolli púðursykur
- ¼ tsk malaður kanill
- 1 klípa malaður múskat
- ¼ bolli hlynsíróp
- 4 meðalstífar perur - afhýddar, kjarnhreinsaðar og helmingaðar

LEIÐBEININGARs

a) Forhitið ofninn í 375 gráður F (190 gráður C).
b) Rúllaðu smjördeig út á létt hveitistráðu yfirborði í 1/4 tommu þykkt; setja í ísskápinn.
c) Bræðið smjör í 9 tommu steypujárnspönnu yfir miðlungs hita; hrærið púðursykri, kanil og múskat saman við og eldið og hrærið þar til sykurinn leysist upp, um það bil 5 mínútur. Hrærið
d) hlynsíróp í púðursykurblöndu; eldið, hrærið, þar til blandan byrjar að kúla.
e) Fjarlægðu pönnu af hita.
f) Settu eina peruhelming, með skurðhliðinni upp, í miðju pönnu. Skerið afganginn af peruhelmingunum í
g) hálft aftur; raða perufjórðungum í kringum miðjuperuna, klipptu hliðarnar upp. Settu pönnu yfir miðlungs lágan hita; elda perur, basting með síróp blöndu, þar til þær byrja að mýkja, um 5 mínútur. Fjarlægðu pönnu af hita.
h) Fjarlægðu laufabrauð úr kæli; setjið sætabrauð yfir perur, leggið brúnir af sætabrauðinu utan um perurnar inni í pönnu.
i) Bakið í forhituðum ofni þar til sætabrauðið er blásið og gullið, um 20 mínútur; látið kólna í 5 mínútur. Setjið framreiðsludisk yfir pönnu; hvolfið til að fjarlægja tertuna (pönnu verður enn heit). Berið fram heitt.

64. Peru Baileys osttertur

Gerir: 10

HRÁEFNI

- 1 kassi laufabrauð
- 6 aura rjómaostur, mildaður
- 1/4 bolli sykur
- 1 stórt egg
- 1 tsk vanilluþykkni
- 1 matskeið Baileys
- 2 litlar perur
- 1 tsk vatn
- 1 tsk sítrónusafi
- 1 tsk sykur
- 1 klípa múskat
- 1 matskeið rjómaostur
- 1 matskeið Baileys
- 1 matskeið mjólk
- 1/2 bolli flórsykur

LEIÐBEININGAR

a) Hitið ofninn í 350 gráður.

b) Þiðið laufabrauðsdeigið og skerið út 10 bita með stórum kökuformi. Ef þú ert ekki með kökusköku sem virkar skaltu skera í 10 5 tommu hringi í þvermál. Þrýstið hverju deigsstykki í muffinsformið og passið að deigið nái alla leið upp með hliðum holanna. Setja til hliðar.

c) Í meðalstórri blöndunarskál, þeytið saman rjómaostinn og sykurinn þar til það er vel blandað saman. Bætið egginu, vanillu og Baileys saman við og þeytið þar til slétt. Setja til hliðar.

d) Kjarnhreinsaðu og skerðu perurnar í þunnar sneiðar. Settu perurnar í örbylgjuofna skál. Hellið perunum saman við vatnið, sítrónusafann, sykri og múskati. Örbylgjuofn í 2 mínútur eða þar til perurnar hafa mýkst aðeins. Hellið af auka vökvanum.

e) Fylltu hverja tertuskurn með um það bil einni hrúgaðri matskeið ostakökufyllingu, settu síðan perur yfir.

f) Bakið við 350 gráður í 30-35 mínútur eða þar til fyllingin er uppblásin og deigið gullbrúnt.

g) Fjarlægðu á vírgrind til að kólna.

h) Þeytið saman rjómaost, mjólk og Baileys. Bætið flórsykrinum út í og þeytið þar til það er slétt. Dreypið einni teskeið af gljáa yfir hverja tertu. Berið fram heitt eða kælt.

65. Marineraðar rækjur Hvítlauksterta

Gerir: 1 skammt

HRÁEFNI

- 18 stórar rækjur
- 10 hvítlauksrif mulin
- 1 klípa saffran
- 1 bolli Ólífuolía
- 6 Laukur
- 1 dós skrældir tómatar; (8 aura)
- 2 Ansjósur
- ¼ bolli Kalamata ólífur
- 4 timjangreinar
- 1 lak laufabrauð
- 2 Heads frisée
- 6 búntir Mache

LEIÐBEININGAR:

a) Dagi áður en þú undirbýr þennan rétt skaltu marinera rækjur í blöndu af 4 söxuðum hvítlauk, svörtum pipar, ½ bolli af ólífuolíu og 1 klípu af saffran. Geymið í kæli yfir nótt.

b) Til að undirbúa marmelaði skaltu afhýða lauk og skera í tvennt og sneiða þunnt.

c) Í potti við lágan hita með 2 matskeiðar af olíu, eldið laukinn þar til hann er gegnsær.

d) Tæmdu tómatana, fjarlægðu fræin, saxaðu gróft og bættu við laukinn.

e) Bætið söxuðum ansjósum, söxuðum ólífum og timjan út í, eldið í 3 klukkustundir við mjög lágan hita, hrærið oft.

f) Á meðan skera út 6 umferðir af smjördeig um 3½ tommu í þvermál.

g) Setjið á ofnplötu með annarri plötu og bakið í ofni í 6 mínútur við 350 gráður.

h) Undirbúið frisée með því að skera grænan af salatinu af, notið aðeins hvíta hlutann. Saxið frisée og þvoið vel, geymið.

i) Hitið ¼ bolli af ólífuolíu þar til þær eru heitar á stórri pönnu við meðalháan hita og steikið rækjur þar til þær eru bleikar og hrokknar.

j) Setjið tómatmarmelaði ofan á hverja tertuhring og hitið í ofni í 5 mínútur. Kryddið friséeið með smá ólífuolíu, salti og pipar. Takið tertan úr ofninum og setjið á disk, klædið smá frisée ofan á tertuna og setjið rækjur yfir. Skreytið með Mache salatblöðunum.

k) Stráið ólífuolíu utan um tertuna og berið fram.

66. Rauðrófu-, timjan- og geitaostterta

Gerir: 4

HRÁEFNI

- 2 x 320g blöð af tilbúnu laufabrauði
- 250 g rjómaostur
- 150 g rauðlaukschutney
- 400 g soðnar rauðrófur
- 2 tsk timjanblöð
- 1 tsk nigella fræ
- 120 g mjúkur geitaostur
- 1 msk rennandi hunang
- 1 egg, létt þeytt
- Sjávarsalt og nýmalaður svartur pipar
- Fyrir peru og roket salatið
- 50 g skurnar valhnetur
- 120 g rakettublöð
- 1 lítil þroskuð pera, kjarnhreinsuð og skorin í sneiðar
- 3 matskeiðar extra virgin ólífuolía
- 1½ msk hvítt balsamik edik

LEIÐBEININGAR:

a) Hitið ofninn í 220°C/200°C blástur/Gas 7. Klæðið tvær bökunarplötur með bökunarpappír.

b) Setjið valhneturnar í sérstaka litla bökunarplötu og ristið í ofninum í 5 mínútur. Setjið til hliðar þar til þarf.

c) Notaðu beittan hníf og 22 cm hringlaga disk eða skál til að skera hring úr hverri sætabrauðsplötu. Setjið hringina á tilbúnu blöðin og stingið í miðjuna nokkrum sinnum með gaffli.

d) Blandið rjómaosti og laukchutney saman, dreifið síðan helmingnum af blöndunni yfir hvern hring og skilið eftir 2 cm kant.

e) Skerið rauðrófuna í þunnar sneiðar með mandólíni. Raðið þeim yfir chutneyið í hringi sem skarast aðeins.

f) Stráið timjanblöðunum, nigellafræunum og bitum af geitaosti yfir, dreypið hunanginu yfir og kryddið með salti og pipar. Penslið brúnirnar á deiginu með þeyttu egginu og setjið síðan í ofninn á tveimur efstu hillunum í 15–20 mínútur, eða þar til það er gullið og stökkt.

g) Á meðan er rakettan og peran sett í stóra skál og kryddað með salti og pipar. Hrærið saman olíu og ediki, hellið síðan yfir salatið og blandið vel saman. Saxið valhneturnar gróft og dreifið yfir salatið.

h) Takið terturnar úr ofninum og skerið í báta. Berið fram með rucola salatinu til hliðar.

67. Sveppir Strudel

Gerir: 6

HRÁEFNI

- 2 skalottlaukar, saxaðir
- ½ bolli hvítvín
- 8 aura crimini, sneið
- 8 aura shiitake, sneið
- 1 ½ bolli þungur rjómi
- ½ tsk timjan, ferskt
- Salt og svartur pipar eftir smekk
- 1 egg, þeytt
- 12 4 tommu laufabrauðsferninga

LEIÐBEININGAR:

i) Eldið sveppina og skalottlaukana í víninu þar til vínið gufar upp. Bætið við rjóma, timjani og salti og pipar.

j) Minnka um helming og kæla í nokkra klukkutíma eða þar til kremið harðnar. Setjið 1 hringlaga teskeið af sveppablöndu í sætabrauð, brjótið saman og penslið með eggþvotti.

k) Bakið í ofni í um 8-12 mínútur eða þar til gullinbrúnt. Hitið afganginn af sveppablöndunni og berið fram með strudel.

68. Black Forest Skinka og Gruyere Tart

1 lak frosið laufabrauð, þíðt
1 bolli sneið Black Forest skinka
1 bolli rifinn Gruyere ostur
1/4 bolli söxuð fersk steinselja
3 egg
1/2 bolli þungur rjómi
Salt og svartur pipar eftir smekk
Leiðbeiningar: Hitið ofninn í 375°F. Klæðið bökunarplötu með bökunarpappír. Brettu laufabrauðinu út og settu það á tilbúna bökunarplötu. Raðið skinkusneiðinni yfir smjördeigið og skilið eftir 1 tommu ramma í kringum brúnirnar. Stráið rifnum Gruyere osti yfir skinkuna. Í blöndunarskál, þeytið saman egg, þungan rjóma, steinselju, salt og svartan pipar. Hellið eggjablöndunni yfir skinkuna og ostinn. Bakið í 25-30 mínútur eða þar til skorpan er orðin gullinbrún og eggjahræran stinn. Látið kólna í nokkrar mínútur áður en það er skorið í sneiðar og borið fram.

69. Kirsuberjasultupertur

Skammtar: 6

HRÁEFNI

- 2 blöð smjördeig

Fyrir frangipane:

- 4 aura smjör mildað
- 4 aura gullna sykur
- 1 egg
- 1 matskeið venjulegt hveiti
- 4 aura malaðar möndlur
- 3 aura kirsuberjasulta

Fyrir kremið:

- 1 bolli flórsykur
- 12 glacé kirsuber

LEIÐBEININGAR

a) Smyrjið 12 bollana af muffinsbakkanum með smjöri.
b) Rúllið smjördeiginu í 10 cm plötu og skerið síðan 12 umferðir úr því.
c) Settu þessar umferðir í hvern muffinsbolla og þrýstu þeim í þessa bolla.
d) Færið muffinsbakkann í kæliskápinn og látið standa í 20 mínútur.
e) Bætið þurrkuðum baunum eða belgjum í hverja tertuskorpu til að auka þyngd.
f) Flyttu muffinsbakkann á vírgrind í Ninja Foodi Digital Air Fryer ofninn og lokaðu hurðinni.
g) Veldu „Bake" ham með því að snúa skífunni.
h) Ýttu á TIME/SLICES hnappinn og breyttu gildinu í 10 mínútur.
i) Ýttu á TEMP/SHADE hnappinn og breyttu gildinu í 350 °F.
j) Ýttu á Start/Stop til að hefja eldun.
k) Fjarlægðu nú þurrkuðu baunirnar úr skorpunni og bakaðu aftur í 10 mínútur í Ninja Foodi Digital Air Fryer Ofni.
l) Á meðan, undirbúið fyllingarsláttinn, þeytið smjör með sykri og eggi þar til það er loftkennt.
m) Hrærið hveiti og möndlum möluðum saman við og blandið síðan vel saman.
n) Skiptið þessari fyllingu í bökuðu skorpurnar og toppið þær með matskeið af kirsuberjasultu.
o) Settu nú muffinsbakkann aftur í Ninja Foodi Digital Air Fryer Ofn.
p) Haltu áfram að elda á „Bake" ham í 20 mínútur við 350 °F.
q) Þeytið flórsykurinn með 2 msk vatni og toppið bakaðar tertur með sykurblöndu.
r) Berið fram.

70. Nutella banana kökur

Skammtar: 4

HRÁEFNI

- 1 laufabrauðsplata
- ½ bolli Nutella
- 2 bananar, skrældir og skornir í sneiðar

LEIÐBEININGAR

a) Skerið deigið í 4 jafnstóra ferninga.
b) Dreifið Nutella jafnt á hvern ferning af sætabrauði.
c) Skiptið bananasneiðunum yfir Nutella.
d) Brjóttu hvern ferning í þríhyrning og þrýstu aðeins á brúnirnar með blautum fingrum.
e) Þrýstu síðan þétt á brúnirnar með gaffli.
f) Ýttu á AIR OVEN MODE hnappinn á Ninja Foodi Digital Air Fry ofninum og snúðu skífunni til að velja „Air Fry" stillingu.
g) Ýttu á TIME/SLICES hnappinn og snúðu aftur skífunni til að stilla eldunartímann á 12 mínútur.
h) Ýttu nú á TEMP/SHADE hnappinn og snúðu skífunni til að stilla hitastigið á 375 °F.
i) Ýttu á „Start/Stop" hnappinn til að byrja.
j) Þegar tækið pípir til að sýna að það sé forhitað skaltu opna ofnhurðina.
k) Raðið kökunum í smurða loftsteikingarkörfuna og setjið í ofninn.
l) Þegar eldunartímanum er lokið skaltu opna ofnhurðina og bera fram volga.

71. Ristað rófu- og geitaostterta

Hráefni:

1 lak laufabrauð, þiðnið
2 stórar rófur, ristaðar og skornar í sneiðar
4 oz geitaostur, mulinn
1/4 bolli saxaðar valhnetur
2 msk hunang
2 msk balsamik edik
2 msk ólífuolía
Salt og pipar, eftir smekk
Leiðbeiningar:

Forhitið ofninn í 375°F (190°C).

Fletjið smjördeigið út á létt hveitistráðu yfirborði.

Færið smjördeigið yfir á bökunarplötu.

Raðið ristuðu og sneiðum rauðrófum ofan á smjördeigið.

Stráið muldum geitaosti og söxuðum valhnetum ofan á rauðrófurnar.

Dreypið hunangi, balsamikediki og ólífuolíu ofan á tertuna.

Kryddið með salti og pipar, eftir smekk.

Bakið í 25-30 mínútur eða þar til deigið er gullinbrúnt.

Berið fram heitt.

72. Nautasteikterta Alexander Hamilton

Hráefni:

1 1/2 pund nautalund, skorin í litla bita
1/4 bolli hveiti
1 tsk salt
1/2 tsk svartur pipar
3 matskeiðar smjör
1 bolli nautasoð
1 bolli sneiddir sveppir
1/2 bolli saxaður laukur
1/2 bolli saxað sellerí
1/2 bolli saxaðar gulrætur
2 matskeiðar saxuð fersk steinselja
1/2 tsk þurrkað timjan
1/4 tsk þurrkað rósmarín
1 blað laufabrauð
1 egg, þeytt
Leiðbeiningar:

Forhitið ofninn í 400°F.
Blandið saman hveiti, salti og svörtum pipar í stórri skál. Bætið nautabitunum saman við og hrærið þar til þeir eru húðaðir með hveitiblöndunni.
Bræðið smjörið í stórri pönnu við meðalháan hita. Bætið nautakjöti út í og eldið þar til það er brúnt á öllum hliðum.
Bætið nautakraftinum, sveppunum, lauknum, selleríinu, gulrótunum, steinseljunni, timjaninu og rósmaríninu í pönnuna. Látið suðuna koma upp, lækkið síðan hitann og látið malla í 10-15 mínútur þar til grænmetið er meyrt og sósan hefur þykknað.
Flettu smjördeiginu út á létt hveitistráðu yfirborði og notaðu það til að klæðast 9 tommu bökuformi. Fylltu bökuna með nautakjötsblöndunni.
Penslið brúnirnar á deiginu með þeyttu egginu. Hyljið toppinn á bökunni með afganginum af sætabrauðinu, krumpið brúnirnar til að loka.
Penslið toppinn af deiginu með afganginum af þeyttu egginu.
Bakið í forhituðum ofni í 30-35 mínútur, þar til deigið er gullbrúnt.

73. Rækju-, lauk- og tómatterta

Gerir: 1 skammt

HRÁEFNI

- 18 stórar rækjur
- 10 hvítlauksrif mulin
- 1 klípa saffran
- 1 bolli Ólífuolía
- 6 Laukur
- 8 aura dós af skrældum tómötum
- 2 Ansjósur
- ¼ bolli Kalamata ólífur
- 4 timjangreinar
- 1 lak laufabrauð
- 2 Heads frisée
- 6 búntir Mache

LEIÐBEININGAR:

a) Dagi áður en þú undirbýr þennan rétt skaltu marinera rækjur í blöndu af 4 söxuðum hvítlauk, svörtum pipar, ½ bolli af ólífuolíu og 1 klípu af saffran. Geymið í kæli yfir nótt.

b) Til að útbúa marmelaði skaltu afhýða laukinn og skera í tvennt og sneiða þunnt.

c) Í potti við lágan hita með 2 matskeiðar af olíu, eldið laukinn þar til hann er gegnsær.

d) Tæmdu tómatana, fjarlægðu fræin, saxaðu gróft og bættu við laukinn.

e) Bætið söxuðum ansjósum, söxuðum ólífum og timjan saman við og eldið í 3 klukkustundir við mjög lágan hita, hrærið oft.

f) Á meðan, skera út 6 umferðir af smjördeig um 3½ tommu í þvermál.

g) Setjið á ofnplötu með annarri plötu og bakið í ofni í 6 mínútur við 350 gráður.

h) Undirbúið frisée með því að skera grænan af salatinu af, nota aðeins hvíta hlutann. Saxið frisée og þvoið vel.

i) Hitið ¼ bolli af ólífuolíu þar til þær eru heitar á stórri pönnu við meðalháan hita og steikið rækjur þar til þær eru bleikar og hrokknar.

j) Setjið tómatmarmelaði ofan á hverja tertuhring og hitið í ofni í 5 mínútur. Kryddið frisée með smá ólífuolíu, salti og pipar.

k) Takið tertuna úr ofninum og setjið á disk, klædið smá frisée ofan á tertuna og hyljið hana með rækjum.

l) Skreytið með Mache salatblöðunum.

m) Stráið ólífuolíu utan um tertuna og berið fram.

74. Furuhnetuterta

Gerir: 4 skammta

HRÁEFNI

- 1 laufabrauðsplata
- 2 bollar furuhnetur
- 2 matskeiðar hunang
- 1 bolli Sykur
- 3 egg
- 3 matskeiðar Extra-virgin ólífuolía
- Börkur af 1 sítrónu
- 2 matskeiðar valhnetulíkjör

LEIÐBEININGAR:

a) Hitið ofninn í 425 gráður. Setjið sætabrauðið þétt inn í skelina og krumpið brúnirnar með auka sætabrauði til að viðhalda brúnunum. Hyljið deigið með smjörpappír, fyllið það með þurrkuðum hvítum baunum og setjið í ofninn.

b) Eldið í 8 til 10 mínútur, fjarlægðu pergament og baunir og eldið þar til það er þurrt og ljós gullbrúnt, um það bil 8 til 10 mínútur í viðbót. Takið út og látið kólna.

c) Í skál skaltu hræra saman furuhnetum, hunangi, sykri, eggjum, ólífuolíu, sítrónubörk og áfengi þar til það er slétt. Hellið í kælt bakkelsi og bakið í 20 mínútur, eða þar til það er nokkuð stíft og léttbrúnað ofan á.

d) Látið kólna niður í stofuhita og berið fram.

75. Epli og rúsínu tarte tatin

Gerir: 6 skammta

HRÁEFNI

- 2 matskeiðar Smjör
- 3 matskeiðar romm
- 1 bolli Blandaðar rúsínum og rifsberjum
- 2 pund Med epli
- 17 aura pakki af frosnu laufabrauði
- ¼ bolli Plús 2 matskeiðar hvítur sykur
- Ofn: 400F

LEIÐBEININGAR:

a) Afhýðið, kjarnhreinsið og skerið epli í áttundu. Fylltu skál, nógu stóra til að setja 9" steikjarpönnu í, með ísmolum og fylltu síðan upp með vatni. Bræðið smjör í 9" steikarjárni á miðlungshita. Bætið við sykri.

b) Hrærið þar til það er brúnt og BARA karamelliserað. Setjið steikina í ísvatni til að harðna og síðan á kæligrindi. Stilltu ofninn. Setjið rúsínur og rifsber í skál. Bætið rommi út í og hyljið með heitu vatni. Tæmið eftir 5 mínútur eða svo.

c) Stráið þriðjungi af rúsínum og rifsberjum yfir karamelluna. Setjið eplasneiðar með ávölum hlið niður og pakkað eins þétt saman og hægt er, í hringlaga mynstri. Stráið restinni af rúsínum og rifsberjum yfir.

d) Skerið sætabrauð 2 tommur stærra en pönnu. Setjið deigið ofan á og stingið niður hliðarnar og undir brún ytri röð epla. Bakið í 30 mínútur og snúið svo út á skrautplötu á meðan það er enn heitt.

e) Berið fram á meðan enn er heitt með nýþeyttum rjóma.

76. Villisveppa- og geitaostterta

Gerir: 2 skammta

HRÁEFNI

- 375 grömm tilbúið laufabrauð
- 1 egg; barinn
- 50 grömm smjör
- 250 grömm Blandaðir sveppir
- 2 stór hvítlauksrif
- 1 lítið búnt af flatblaða steinselju
- 1 matskeið Balsamic edik
- 150 grömm af Rjómaosti
- 2 matskeiðar Ólífuolía
- 100 grömm Kirsuberjatómatar
- 1 sítrónu
- 1 lítið búnt af basil
- 100 grömm af Baby spínatlaufum

LEIÐBEININGAR:

a) Forhitið ofninn í 220c/425f/Gas 7.

b) Setjið deigið á létt hveitistráð yfirborð, skerið út tvo 12x15cm/5"x6" ferhyrninga og setjið þá á bökunarplötu.

c) Penslið yfir þeytt eggið og merkið 1 cm/14" ramma inn í hverja tertu með oddinum á beittum hníf.

d) Stungið í miðju rétthyrningsins með gaffli yfir allt og bakið í ofni í átta mínútur þar til hann hefur lyft sér vel og er gullinn.

e) Hitið stóra pönnu með smjöri. Skerið sveppina gróft í hæfilega bita. Skerið hvítlaukinn smátt og bætið við sveppunum. Steikið í 3-4 mínútur þar til eldað og gullið.

f) Saxið steinseljuna gróft, bætið helmingnum út í með balsamikediki og eldið í eina mínútu. Kryddið með salti og pipar og geymið. Setjið geitaostinn í skál, bætið afganginum af steinseljunni út í og blandið vel saman. Kryddið með pipar.

g) Takið sætabrauðið úr ofninum. Skerið varlega í kringum innri ferhyrninginn á deiginu og fletjið miðju deigið út með fisksneið.

h) Setjið deigið aftur í ofninn í 4-5 mínútur í viðbót þar til það er eldað í gegn og gullið.

i) Fyrir salatið: Hitið ólífuolíuna á lítilli pönnu. Skerið kirsuberjatómatana í tvennt og bætið út á pönnuna með sítrónuberki og smá safa. Blandið vel saman og kryddið með salti og pipar.

j) Setjið spínatið í skál og hellið volgu dressingunni yfir.

k) Takið terturnar úr ofninum, setjið geitaostinn út með skeið og toppið með volgu sveppunum. Færið yfir á disk og berið fram með salatinu.

77. Villisveppa og pecorino terta

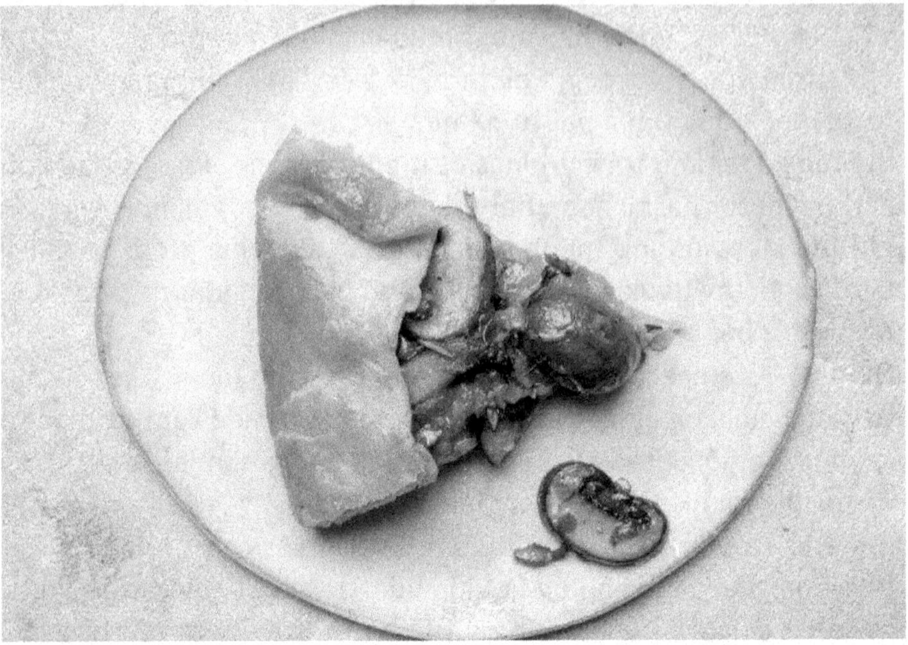

Gerir: 1 skammt

HRÁEFNI

- 3 matskeiðar Ólífuolía
- 2 handfylli blandaðir villisveppir
- 1 stór hvítlaukur; smátt saxað
- ¼ sítrónu; ást af
- 2 matskeiðar Flat steinselja; gróft saxað
- 2 laufabrauðsblöð
- Þykkt á 2 eldspýtustokkum
- 75 grömm Ungur pecorino ostur; þunnt sneið

LEIÐBEININGAR:

a) Hitið ofninn í 200C.

b) Hitið ólífuolíuna á pönnu, bætið sveppunum út í, kryddið og steikið hressilega þar til þær eru soðnar.

c) Hrærið hvítlauk, sítrónuberki og steinselju saman við. Takið af hellunni og setjið til hliðar.

d) Smyrjið bökunarplötu. Settu tvær blöð af sætabrauði á það. Setjið sveppina í lag á miðju hvers blaðs. Settu í ofninn og eldaðu í 20-25 mínútur, eða þar til gullbrúnt.

e) Takið úr ofninum og toppið með Pecorino og setjið aftur í ofninn í 3-4 mínútur. Takið út og berið fram strax.

78. Eplatertur með sírópi

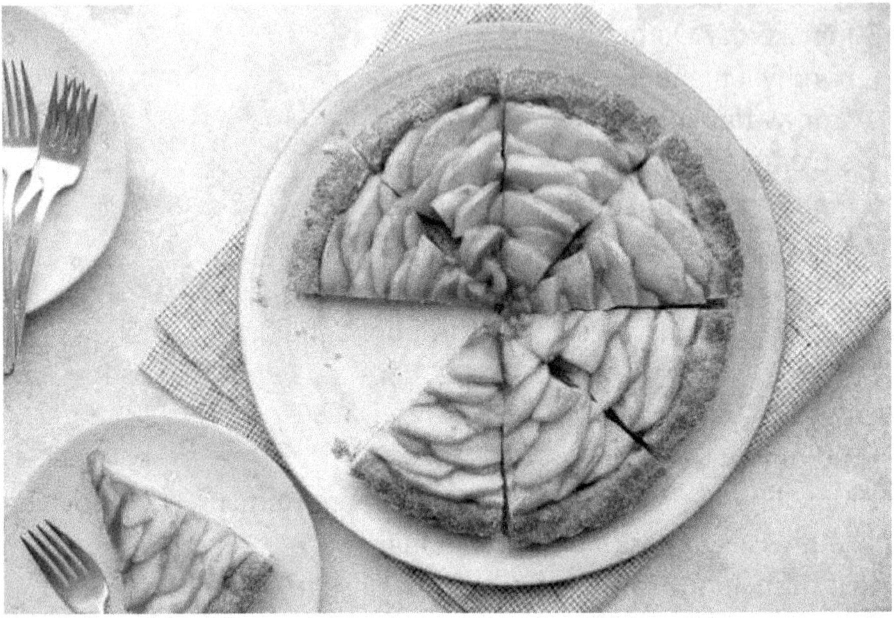

Gerir 8 tertur

1 lak laufabrauð, þiðnið

- 1 pint (475 ml) moonshine eplasneiðar, tæmd, síróp frátekið
- 1½ matskeiðar (23 ml) eplasafasíróp

a) Forhitið ofninn í 400ºF (205ºC). Klæðið bökunarplötu með bökunarpappír og setjið til hliðar.
b) Skerið laufabrauðsblaðið í fjóra ferhyrninga. Flyttu ferhyrningana yfir á bökunarpappírsklædda form. Skiptið moonshine eplasneiðunum á milli ferhyrninganna, raðið sneiðunum þannig að þær skarist í línu. Bakið terturnar í 20 til 25 mínútur, eða þar til smjördeigið er gullinbrúnt.
c) Á meðan terturnar eru að bakast, hrærið eða þeytið saman 1 tsk af sírópinu úr moonshine eplasneiðunum með mulled cider sírópinu. Penslið yfir eplin um leið og terturnar eru teknar úr ofninum. Láttu terturnar kólna á pönnunni í 10 mínútur áður en þú notar spaða til að setja varlega á kæligrind. Berið fram heitt eða stofuhita.

79. Grilluð grænlauksterta

Gerir: 4 skammta

HRÁEFNI

- 8 heilir grænir laukar
- 1 skvetta af ólífuolíu
- 1 salt; að smakka
- 1 nýmalaður svartur pipar; að smakka
- 4 fjögurra tommu laufabrauðskeljar; blindbakað
- 2 bollar þunnt-Aðskipt nýjar kartöflur; bleikað
- 4 hluta provolone ostur
- ½ bolli stökkir beikonbitar
- 1 matskeið fínt skorin steinselja

LEIÐBEININGAR:

☑ Hitið grillið í 350 gráður.

☑ Kryddið græna laukinn með ólífuolíu, salti og pipar. Setjið laukinn á grillið og eldið í 1 mínútu á hvorri hlið. Taktu það af grillinu. skvettu hverri deigskel með ólífuolíu.

☑ Kryddið hverja skel með salti og pipar. Byrjið á miðju deiginu, setjið kartöflurnar í lag og myndið hring á hverja tertu. Kryddið kartöflurnar með salti og pipar.

☑ Leggið ostbita ofan á kartöflulagið. Leggið tvo grillaða græna lauka á hverja tertu. skvettu hverri tertu með beikoninu.

☑ Setjið terturnar á bökunarplötu og bakið í 8 til 10 mínútur, eða þar til osturinn bráðnar og terturnar eru orðnar gullinbrúnar. Setjið tertu á disk og skreytið með steinselju.

80. Spring Microgreens terta

Gerir: 9 ferninga

HRÁEFNI

- 1 laufabrauðsplata
- eggjaþvott
- kryddjurtaosti
- Milt blanda örgræn
- sneiðar radísur
- Börkur af 1 sítrónu
- ólífuolía
- salt og pipar eftir smekk

LEIÐBEININGAR:

a) Skoraðu 1 tommu ramma í kringum brún 1 laufabrauðsplötu til að gera 10 tommu ferning.

b) Eggþvoið yfirborðið.

c) Bakið í 20 mínútur við 400 gráður þar til það er brúnt. Kryddið með salti og pipar eftir smekk.

d) Berið fram með kryddjurtaosti, örgrænu, sneiðum radísum, sítrónuberki og extra virgin ólífuolíu til hliðar.

81. Mazurek með súkkulaðikremi

Skammtar: 10

HRÁEFNI

Deig

a) 2 bollar venjulegt speltmjöl eða venjulegt hveiti
b) 100 g fljótandi kókosolía
c) 1 hrúguð matskeið sterkja
d) 2 matskeiðar óhreinsaður flórsykur
e) 10–12 matskeiðar kalt vatn

Rjómi

f) 15 myntublöð
g) 1½ bollar soðnar hvítar baunir
h) 100 gr dökkt súkkulaði (70% kakóþurrefni)
i) safi og börkur af 1 appelsínu
j) 1 tsk kanill
k) 2–3 tsk döðlusíróp eða annað síróp

LEIÐBEININGARs

Deig

h) Blandið saman hveiti, sterkju og flórsykri í blöndunarskál. Blandið kókosolíu alveg út í. Hellið vatninu hægt út í. Hnoðið vandlega.

i) Deigið á að vera mjúkt og teygjanlegt, svipað því sem notað er fyrir pierogis. Fletjið það út á bökunarpappír í 4–5 mm þykkt. Búðu til ferhyrning eða annað form úr pappírnum. Stungið yfir allt með gaffli.

j) Hitið ofninn í 190°C/375°F og bakið í 20 mínútur. Gefðu tíma fyrir kælingu.

Rjómi

k) Blandið baununum, myntu og sírópinu saman í blandara þar til það er slétt.

l) Hitið safa og börk að suðu. Hrærið súkkulaðið út í þar til það bráðnar. Blandið blönduðu baunum og kanil saman við með varúð.

m) Smyrjið kreminu yfir smjördeigið og toppið með skreytingum. Geymið í kæli þar til kremið hefur þykknað.

Hátíðareplabaka

Afgreiðsla: 15-17

HRÁEFNI

- 3 bollar venjulegt speltmjöl eða venjulegt hveiti
- 2 flatar matskeiðar sterkja
- 2 flatar matskeiðar óhreinsaður flórsykur
- 50 grömm fljótandi kókosolía
- 15 matskeiðar kalt vatn
- 2 kíló eldunarepli
- 1 tsk kanill
- 1 tsk möluð kardimommur
- 1 bolli rúsínur
- 1 bolli valhnetur
- 1 bolli brauðrasp

LEIÐBEININGARs

a) Blandið saman hveiti, sterkju, flórsykri og kókosolíu með varúð. Bætið við einni matskeið af vatni í einu, blandið eða hnoðið deigið eftir hverja viðbót. Hnoðið deigið þar til það er teygjanlegt og slétt eftir að öllu hráefninu hefur verið blandað saman.

b) Skiptu deiginu í tvo jafna helminga. Einn þeirra á að rúlla út á bökunarpappírsplötu sem er 20 x 30 cm/8 x 12 tommur. Stungið deigið nokkrum sinnum með gaffli, setjið á eldfast mót og kælið í 30 mínútur. Setjið afganginn af deiginu í frysti í 45 mínútur.

c) Takið plötuna úr ísskápnum og bakið við 190°C í 15 mínútur. Leyfðu þér að slaka á. Gerðu eplin tilbúin á meðan.

d) Afhýðið eplin og fjarlægið kjarnann. Rífið ostinn með raspi eða mandólínsneiðara. Blandið kanil, rúsínum og þykkt saxuðum valhnetum saman í blöndunarskál. Þú getur bætt hunangi við ef eplin eru of súr.

e) Dreifið brauðmylsnunni jafnt á hálfbakaðan botninn. Eplin skulu næst dreift á smjördeigið.

f) Setjið frosna deigið ofan á eplin og rífið það. Forhitið ofninn í 180°C/350°F og bakið í 1 klukkustund.

82. Australian Pie Floater

HRÁEFNI

- 1 stór brúnn laukur, smátt saxaður
- 2 matskeiðar jurtaolía
- 1 pund magurt fínt hakkað eða nautahakk
- 3/4 bolli nauta- eða grænmetiskraftur
- 1 matskeið maíssterkju
- Klípa af salti
- Klípa af pipar
- 2 blöð frosið tertubrauð
- 2 blöð frosið laufabrauð
- 4 bollar nautakraftur
- 2 tsk bíkarbónat af gosi
- 1 pund þurrkaðar grænar baunir, liggja í bleyti yfir nótt í nægu vatni til að hylja
- 1 tsk matarsódi

LEIÐBEININGAR

a) Kvöldið áður, setjið baunir í djúpa pönnu, hyljið með vatni blandað með matarsóda og leyfið að standa yfir nótt. Tæmið þegar tilbúið er að elda.
b) Forhitið ofninn í 450°F.
c) Í potti, steikið laukinn í smá olíu. Bætið nautakjöti út í og brúnið það.
d) Bætið soðinu, kryddinu og maíssterkju út í. Eldið við meðalhita, hrærið stöðugt til að blanda saman maíssterkjunni þar til þykk sósu myndast um það bil fimm mínútur.
e) Smyrjið fjórar 3 × 6 tommu bökuform. Skerið 3 × 7 tommu hringi úr smjördeigi til að fóðra botnana og hliðarnar á pönnum. Fylltu með nautakjöti og sósublöndu. Penslið felgur með vatni.
f) Skerið 3 × 7 tommu hringi úr smjördeigi. Setjið yfir kjötið. Ýttu á til að innsigla. Snyrta. Setjið bökur á heitan bakka.
g) Bakið í forhitaðri í 20–25 mínútur eða þar til gullið.
h) Á meðan terturnar eru að bakast, búðu til baunasósu.
i) Þvoið endurvöktuðu baunirnar til að losna við óhreinindi og setjið þær í pott með einni teskeið matarsóda og nautakraftinum.
j) Látið suðuna koma upp og eldið þar til baunirnar eru orðnar mjög mjúkar.
k) Maukið eða maukið baunirnar og soðblönduna í þykka súpu.
l) Setjið ertusósu á borðplötu og setjið heita böku ofan á.
m) Gerir fjórar bökur.

83. Pólska Kremówka Papieska

HRÁEFNI

- Rjómakrem
- 2 bollar nýmjólk
- 1/2 tsk vanilluþykkni
- Klípa af salti
- 6 eggjarauður, þeyttar
- 3/4 bolli sykur
- 1/3 bolli hveiti
- Sælgætissykur
- Þeyttur rjómi (valfrjálst)

LEIÐBEININGAR

1. Forhitið ofninn í 400°F/200°C
2. Fletjið hvert smjördeigsstykki örlítið út og skerið hvert blað létt í níu hluta.
3. Setjið hverja plötu á milli tveggja blaða af bökunarpappír, leggið á grind og setjið aðra kæligrind á hvolfi ofan á efri hluta bökunarpappírsins.
4. Setjið smjördeigið í bakið. Eftir 15 mínútur skaltu fjarlægja efsta kæligrindina og efsta lagið af bökunarpappír. Bakið í 15 mínútur í viðbót þar til smjördeigið er gullið.
5. Taktu úr ofninum, fjarlægðu annað lagið af bökunarpappír og kældu alveg.
6. Komið mjólk, vanillu, salti, eggjarauðum, sykri og hveiti í meðalstóran pott að suðu upp á meðalhita og hrærið stöðugt í með vírþeytara. Lækkið hitann aðeins og haltu áfram að sjóða eina mínútu og hrærið stöðugt í með tréskeið.
7. Taktu pönnuna af hitanum og settu hana í ísvatnsbað til að kólna.
8. Geymið kremið í kæli. Þegar það er kalt, smyrðu kreminu þykkt yfir neðsta lagið af sætabrauðinu, settu síðan annað bakaða lagið ofan á.
9. Dustið með sælgætissykri. Skerið og berið fram, með þeyttum rjóma ef vill.

84. Banana-Pecan Strudel

ÞJÓNAR: 6

HRÁEFNI

2 matskeiðar vegan smjörlíki
1/2 bolli ljós púðursykur
1 bolli saxaðar ósaltaðar pekanhnetur
þroskaðir bananar, skornir í sneiðar
2 matskeiðar romm eða 1 teskeið romm þykkni (valfrjálst)
1/2 tsk malaður kanill
1 lak frosið laufabrauð, þíðt
Sykur, til að rúlla og strá sætabrauði

LEIÐBEININGARS

a) Bræðið smjörlíkið í stórri pönnu við meðalhita. Bætið púðursykrinum út í og hrærið til að blanda saman. Bætið pekanhnetunum og bönunum út í og eldið í 1 mínútu, hrærið til að hjúpa. Bætið romminu út í, ef það er notað, og kanilnum og hrærið saman. Takið af hitanum og setjið til hliðar til að kólna.
b) Fletjið smjördeigið út á léttsykrað vinnuborð til að koma í veg fyrir hrukkur í deiginu.
c) Dreifið kældu bananablöndunni eftir endilöngu deiginu. Brjótið hliðar deigið yfir bananablönduna og stingið í endana og þéttið brúnirnar með fingrunum.
d) Setjið strudelið á ósmurða bökunarplötu og skerið nokkur ská skástrik ofan á deigið með beittum hníf til að leyfa gufu að komast út.
e) Stráið smá sykri ofan á strudelið og kælið í 15 mínútur. Forhitið ofninn í 400°F.
f) Bakið strudel þar til hann er gullinbrúnn, 35 til 40 mínútur. Kælið í 10 mínútur. Notaðu sertaðan brauðhníf til að skera í sneiðar og bera fram.

85. Peru- og Lingberjabaka

Þjónar: 4

HRÁEFNI

2 pund sætar perur, kjarnhreinsaðar, skrældar og skornar í sneiðar
1/2 pund langaber
3/4 bolli sykur
2 msk maíssterkja
2 msk smjör
1 pakki laufabrauð
2 msk mjólk
2 msk sykur

LEIÐBEININGAR

Stilltu eldunartækið þitt á 160 gráður F.
Setjið sneiðar perur, línuber, maíssterkju, sykur og smjör í lofttæmispokann og stillið eldunartímann í 1 klukkustund og 30 mínútur.
Þegar tíminn er liðinn skaltu kæla fyllinguna niður í stofuhita.
Í millitíðinni skaltu forhita ofninn í 375 gráður F, smyrja bökunarpönnu og rúlla út 1 lak af sætabrauðinu.
Hellið fyllingunni yfir blaðið og hyljið það með öðru laki, þéttið blöðin á brúnunum með fingrunum.
Bakið í forhituðum ofni í 35 mínútur.

86. Epla- og kanilbaka

Þjónar: 4

HRÁEFNI

2 pund grænt, kjarnhreinsað, afhýtt og skorið í sneiðar
3/4 bolli sykur
2 msk maíssterkja
2 msk smjör
2 tsk malaður kanill
1 pakki laufabrauð
2 msk mjólk
2 msk sykur

LEIÐBEININGAR

Forhitaðu vatnsbaðið í 160 gráður F.
Setjið sneið eplin, maíssterkju, sykur, kanil og smjör í lofttæmispokann og stillið eldunartímann í 1 klukkustund og 30 mínútur.
Þegar tíminn er liðinn skaltu kæla fyllinguna niður í stofuhita.
Í millitíðinni skaltu forhita ofninn í 375 gráður F, smyrja bökunarpönnu og rúlla út 1 lak af sætabrauðinu.
Hellið fyllingunni yfir blaðið og hyljið það með öðru laki, þéttið blöðin á brúnunum með fingrunum.
Bakið í forhituðum ofni í 35 mínútur.

87. Apríkósu- og trönuberjabaka

Þjónar: 4

HRÁEFNI

2 pund þroskaðar apríkósur, bein fjarlægð, helmingaðar
1/2 pund trönuber
3/4 bolli sykur
2 msk maíssterkja
2 msk smjör
2 tsk malaður kanill
1 pakki laufabrauð
2 msk mjólk
2 msk sykur

LEIÐBEININGAR

Forhitaðu vatnsbaðið í 160 gráður F.
Setjið apríkósur, maíssterkju, trönuber, sykur, kanil og smjör í lofttæmispokann og stillið eldunartímann í 1 klukkustund og 30 mínútur.
Þegar tíminn er liðinn skaltu kæla fyllinguna niður í stofuhita.
Í millitíðinni skaltu forhita ofninn í 375 gráður F, smyrja bökunarpönnu og rúlla út 1 lak af sætabrauðinu.
Hellið fyllingunni yfir blaðið og hyljið það með öðru laki, þéttið blöðin á brúnunum með fingrunum.
Bakið í forhituðum ofni í 35 mínútur.

88. Steik og laukbaka

ÞJÓNAR 4

2 matskeiðar ólífuolía

2 x 600g nautakinnar, sinar snyrtar
1 stór laukur, skorinn í báta
2 hvítlauksrif, mulin
125ml rauðvín
1 lítra nautakraftur
2 greinar rósmarín
1 x 320g pakki (1 blað) laufabrauð sem keypt er í búð
1 lítill smjörhnúður
salt og nýmalaður svartur pipar
1 sellerístafur, smátt skorinn, til að skreyta
selleríblöð, til að skreyta
nasturtium lauf, til að skreyta

fyrir sæta tómatabragðið

250 g þroskaðir tómatar
½ rauðlaukur, smátt skorinn
1 tsk ólífuolía

1 hvítlauksgeiri, smátt skorinn
¼ tsk þurrkaðar chiliflögur
½ tsk tómatmauk eða mauk

1 matskeið púðursykur
1 matskeið rauðvínsedik

fyrir rjúkandi sýrðan laukinn

1 tsk ólífuolía
4 skalottlaukar, skornir í tvennt eftir endilöngu
125ml eplaedik

1 matskeið flórsykur

Fyrir sætan tómatagleðina skaltu skera grunnan kross í botn hvers tómatar með því að nota lítinn hníf. Setjið tómatana í stóra skál, hyljið með sjóðandi vatni og látið standa í 30 sekúndur, flytjið þá tómatana strax í skál með ísvatni. Flysjið tómatana og setjið til hliðar. Skerið kældu tómatana í fernt, fjarlægið og fleygið innri himnunum og fræjunum og skerið kjötið í litla bita.

Á meðan tómatarnir eru að kólna skaltu setja meðalstóran pott yfir meðalhita. Bætið lauknum og ólífuolíu út í og eldið í 4–6 mínútur þar til það er mjúkt en ekki litað. Bætið hvítlauknum og chiliflögunum út í og eldið í eina mínútu til viðbótar. Bætið tómatmaukinu eða maukinu út í og hrærið í 2 mínútur og bætið síðan sykrinum og ediki út í. Bætið tómötunum út í pottinn og hrærið vel í blöndunni. Látið suðuna koma upp og lækkið síðan hitann niður í miðlungs lágan. Eldið í 8–10 mínútur, hrærið af og til, þar til blandan er orðin þykk og dökk. Kryddið með salti og pipar og látið kólna aðeins.

Þegar blöndunni hefur verið kólnað, blandaðu blöndunni með stavblöndunartæki eða færðu yfir í vökvabúnað og blandaðu til að mynda slétt deig. Takið út og setjið til hliðar þar til það er tilbúið til framreiðslu.

Til að gera rjúkandi sýrðan laukinn, setjið ólífuolíuna í litla pönnu yfir meðalháum hita og kryddið olíuna með salti. Setjið laukinn með skurðhliðinni niður í jafnt lag utan um steikarpönnuna. Eldið í 4–6 mínútur, eða þar til það er orðið örlítið kulnað, lækkið þá hitann í lágan og bætið ediki og sykri út í. Lokið og eldið við vægan hita í 5 mínútur til viðbótar, slökkvið síðan á hitanum og látið laukinn kólna í vökvanum. Setjið til hliðar þar til tilbúið til framreiðslu.

89. Spínat- og fetalundir

HRÁEFNI

1 lak laufabrauð, þiðnið
1 bolli ferskt spínat, saxað
1/2 bolli mulinn fetaostur
1/4 bolli saxaðir sólþurrkaðir tómatar
1 egg, þeytt
Salt og pipar eftir smekk

LEIÐBEININGAR

Forhitið ofninn í 400°F (200°C).

Á létt hveitistráðu yfirborði, fletjið smjördeiginu út í um það bil 1/4 tommu þykkt.

Skerið smjördeigið í 9 jafnstóra ferninga.

Blandið saman spínati, fetaosti, sólþurrkuðum tómötum, salti og pipar í skál.

Setjið um 1 matskeið af spínatblöndunni á hvern laufabrauðsferning.

Brjótið hornin á smjördeiginu upp og yfir fyllinguna, þrýstið brúnunum saman til að loka.

Penslið hvert smjördeig með þeyttu eggi.

Bakið í 15-20 mínútur þar til þær eru gullinbrúnar.

Berið fram heitt.

90. Skinku- og ostapuffs

HRÁEFNI

1 lak laufabrauð, þiðnið
1/2 bolli sneið skinka
1/2 bolli rifinn cheddar ostur
1 egg, þeytt
LEIÐBEININGAR

Forhitið ofninn í 400°F (200°C).

Á létt hveitistráðu yfirborði, fletjið smjördeiginu út í um það bil 1/4 tommu þykkt.

Skerið smjördeigið í 9 jafnstóra ferninga.

Blandið saman hægelduðum skinku og rifnum cheddar osti í skál.

Setjið um 1 matskeið af skinku- og ostablöndunni á hvern laufabrauðsferning.

Brjótið hornin á smjördeiginu upp og yfir fyllinguna, þrýstið brúnunum saman til að loka.

Penslið hvert smjördeig með þeyttu eggi.

Bakið í 15-20 mínútur þar til þær eru gullinbrúnar.

Berið fram heitt.

91. Sveppa- og laukpuffs

HRÁEFNI

1 lak laufabrauð, þiðnið
1 bolli sneiddir sveppir
1/2 bolli saxaður laukur
1/2 bolli rifinn svissneskur ostur
1 egg, þeytt
Salt og pipar eftir smekk

LEIÐBEININGAR

Forhitið ofninn í 400°F (200°C).

Á létt hveitistráðu yfirborði, fletjið smjördeiginu út í um það bil 1/4 tommu þykkt.

Skerið smjördeigið í 9 jafnstóra ferninga.

Steikið sveppina og laukinn á pönnu þar til þau eru mjúk og léttbrúnt.

Setjið um 1 matskeið af sveppa- og laukblöndunni á hvern smjördeigsferning.

Stráið rifnum svissneskum osti yfir sveppa- og laukblönduna.

Brjótið hornin á smjördeiginu upp og yfir fyllinguna, þrýstið brúnunum saman til að loka.

Penslið hvert smjördeig með þeyttu eggi.

Bakið í 15-20 mínútur þar til þær eru gullinbrúnar.

Berið fram heitt.

92. Apple velta

HRÁEFNI

1 lak laufabrauð, þiðnið
2 epli, afhýdd og skorin í teninga
1/4 bolli púðursykur
1 tsk kanill
1/2 tsk múskat
1 egg, þeytt

LEIÐBEININGAR

Forhitið ofninn í 400°F (200°C).
Á létt hveitistráðu yfirborði, fletjið smjördeiginu út í um það bil 1/4 tommu þykkt.
Skerið smjördeigið í 4 jafna ferninga.
Í skál, blandið saman hægelduðum eplum, púðursykri, kanil og múskati.
Setjið um það bil 1/4 bolla af eplablöndunni á hvern smjördeigsferning.
Brjótið smjördeigið yfir eplablönduna til að mynda þríhyrning og þrýstið brúnunum saman til að loka.
7. Notaðu gaffal til að þrýsta niður á brúnirnar og búðu til skrautmunstur.

Penslið hverja veltu með þeyttu eggi.

Bakið í 20-25 mínútur þar til þær eru gullinbrúnar.

Berið fram heitt.

93. Kirsuberjatómatterta

HRÁEFNI

1 lak laufabrauð, þiðnið
1 bolli kirsuberjatómatar, helmingaðir
1/2 bolli mulinn geitaostur
1 matskeið ólífuolía
1 matskeið saxað ferskt timjan
Salt og pipar eftir smekk

LEIÐBEININGAR

Forhitið ofninn í 400°F (200°C).

Á létt hveitistráðu yfirborði, fletjið smjördeiginu út í um það bil 1/4 tommu þykkt.

Færið smjördeigið yfir á bökunarplötu klædda bökunarpappír.

Blandið saman kirsuberjatómötum, geitaosti, ólífuolíu, timjan, salti og pipar í skál.

Hellið kirsuberjatómatblöndunni á smjördeigið og skilið eftir 1 tommu brún í kringum brúnirnar.

Brjótið brúnirnar á smjördeiginu upp og yfir fyllinguna, þrýstið brúnunum saman til að loka.

Penslið brúnirnar á smjördeiginu með þeyttu eggi.

Bakið í 20-25 mínútur þar til brúnirnar eru orðnar gullinbrúnar og kirsuberjatómatarnir mjúkir.

Berið fram heitt.

94. Epli og Brie Tartlets

HRÁEFNI

1 lak laufabrauð, þiðnið
1 Granny Smith epli, þunnt sneið
4 aura Brie ostur, þunnt sneið
2 matskeiðar hunang
1 matskeið saxað ferskt timjan
Salt og pipar eftir smekk

LEIÐBEININGAR

Forhitið ofninn í 400°F (200°C).

Á létt hveitistráðu yfirborði, fletjið smjördeiginu út í um það bil 1/4 tommu þykkt.

Skerið smjördeigið í 12 jafnstóra ferninga.

Raðið eplasneiðunum og Brie ostinum ofan á hvern smjördeigsferning.

Dreifið hverri tartlettu með hunangi og stráið söxuðu fersku timjani yfir, salti og pipar.

Bakið í 20-25 mínútur þar til hann er gullinbrúnn og Brie osturinn er bráðinn.

Berið fram heitt.

95. Aspas og parmesan terta

HRÁEFNI

1 lak laufabrauð, þiðnið
1 pund aspas, snyrtur
2 matskeiðar ólífuolía
1/2 bolli rifinn parmesanostur
1 egg, þeytt
Salt og pipar eftir smekk

LEIÐBEININGAR

Forhitið ofninn í 400°F (200°C).

Á létt hveitistráðu yfirborði, fletjið smjördeiginu út í um það bil 1/4 tommu þykkt.

Skerið smjördeigið í ferhyrningaform og leggið á bökunarpappírsklædda ofnplötu.

Hitið ólífuolíuna yfir miðlungshita í stórri pönnu.

Bætið aspasnum út í og eldið þar til hann er mjúkur, hrærið af og til.

Dreifið soðnum aspas jafnt yfir smjördeigið.

Stráið rifnum parmesanosti ofan á aspasinn og kryddið með salti og pipar.

Bakið í 20-25 mínútur þar til hann er gullinbrúnn og osturinn bráðinn.

Berið fram heitt.

96. Sveppa- og geitaostterta

HRÁEFNI

1 lak laufabrauð, þiðnið
1 bolli sneiddir sveppir
4 aura geitaostur
1 matskeið saxað ferskt timjan
Salt og pipar eftir smekk

LEIÐBEININGAR

Forhitið ofninn í 400°F (200°C).

Á létt hveitistráðu yfirborði, fletjið smjördeiginu út í um það bil 1/4 tommu þykkt.

Skerið smjördeigið í hring og setjið á bökunarpappírsklædda ofnplötu.

Raðið sveppasneiðunum ofan á smjördeigið.

Myljið geitaostinn ofan á sveppina og stráið söxuðu timjani yfir, salti og pipar.

Bakið í 20-25 mínútur þar til hann er gullinbrúnn og osturinn bráðinn.

Berið fram heitt.

97. Kirsuberja- og möndluvelta

HRÁEFNI

1 lak laufabrauð, þiðnið
1 bolli kirsuber, skorin niður og helminguð
1/4 bolli sykur
1/4 bolli möndlumjöl
1 egg, þeytt

LEIÐBEININGAR

Forhitið ofninn í 400°F (200°C).

Á létt hveitistráðu yfirborði, fletjið smjördeiginu út í um það bil 1/4 tommu þykkt.

Skerið smjördeigið í 6 jafna ferninga.

Blandið saman kirsuberjum, sykri og möndlumjöli í lítilli skál.

Hellið kirsuberjablöndunni á annan helming hvers smjördeigsfernings.

Brjótið hinn helminginn af smjördeiginu yfir kirsuberjablönduna og þrýstið brúnunum saman til að loka.

Notaðu gaffal til að þrýsta niður á brúnirnar og búðu til skrautmunstur.

Penslið hverja veltu með þeyttu eggi.

Bakið í 20-25 mínútur þar til þær eru gullinbrúnar.

Berið fram heitt.

98. Karamelliseraður laukur og Gruyere terta

HRÁEFNI

1 lak laufabrauð, þiðnið
2 laukar, sneiddir
2 matskeiðar ólífuolía
1 matskeið balsamik edik
4 aura Gruyere ostur, rifinn
1 egg, þeytt
Salt og pipar eftir smekk

LEIÐBEININGAR

Forhitið ofninn í 400°F (200°C).

Á létt hveitistráðu yfirborði, fletjið smjördeiginu út í um það bil 1/4 tommu þykkt.

Skerið smjördeigið í ferhyrningaform og leggið á bökunarpappírsklædda ofnplötu.

Hitið ólífuolíuna yfir miðlungshita í stórri pönnu.

Bætið sneiðum lauknum út í og steikið þar til hann er karamellaður, hrærið af og til.

Hrærið balsamikedikinu út í og eldið í eina mínútu í viðbót.

Dreifið karamelluðu lauknum jafnt yfir smjördeigið.
Stráið rifnum Gruyere osti ofan á laukinn og kryddið með salti og pipar.
Bakið í 20-25 mínútur þar til hann er gullinbrúnn og osturinn bráðinn.
Berið fram heitt.

99. Pestó og tómatgaletta

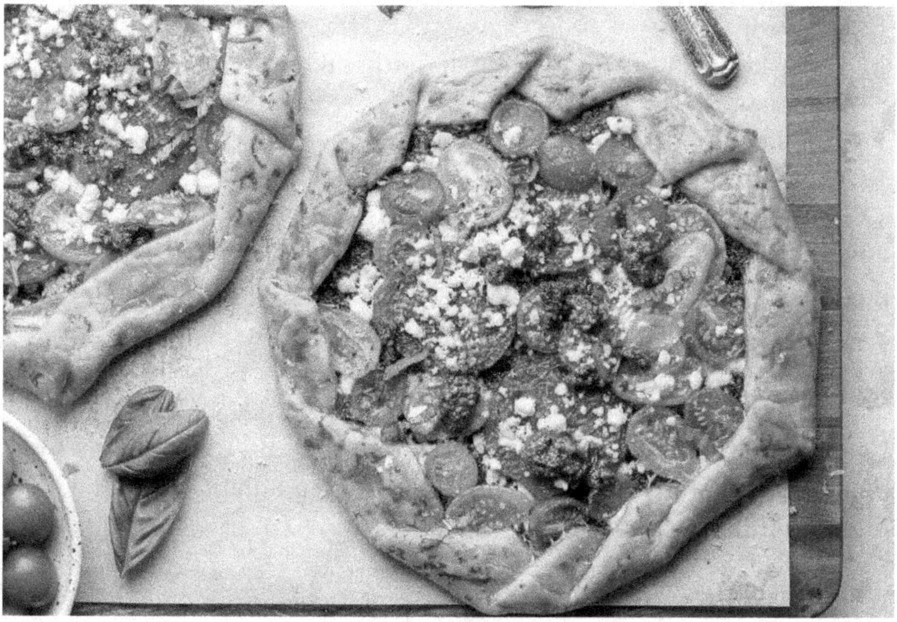

Hráefni:

1 1/4 bollar alhliða hveiti
1/4 tsk salt
1/2 bolli kalt ósaltað smjör, skorið í litla bita
3-4 msk ísvatn
1/3 bolli basil pestó
1/2 bolli kirsuberjatómatar, helmingaðir
1/4 bolli mulinn fetaostur
1 egg, þeytt
Leiðbeiningar:

Forhitaðu ofninn þinn í 375°F (190°C).

Í meðalstórri skál, þeytið saman hveiti og salt. Bætið smjörinu út í og notaðu sætabrauðsskera eða fingurna til að blanda þar til blandan líkist grófum sandi.

Bætið ísvatninu smám saman út í, 1 matskeið í einu, og blandið þar til deigið kemur saman í kúlu.

Fletjið deigið út á hveitistráðu yfirborði í hring um 12 tommur í þvermál.

Dreifðu pestóinu yfir miðju deigsins og skildu eftir um 2 tommu brún í kringum brúnina.

Raðið kirsuberjatómatarhelmingunum yfir pestóið og stráið muldum fetaosti yfir.

Brjótið brúnirnar á deiginu upp og yfir fyllinguna, brjótið hana um leið.

Penslið þeyttu egginu yfir óvarið deigið.

Bakið í 35-40 mínútur, þar til skorpan er gullinbrún.

Látið galetta kólna í nokkrar mínútur áður en hún er skorin í sneiðar og borin fram.

NIÐURSTAÐA

Laufabrauð er dásamlegt hráefni sem hægt er að nota í ýmsar uppskriftir. Hvort sem þú ert að búa til sæta eða bragðmikla rétti bætir laufabrauðið við ljúffenga stökka og flagnandi áferð sem erfitt er að standast. Þó að það geti verið dálítið tímafrekt að búa til laufabrauð frá grunni er árangurinn vel þess virði.

Með uppskriftunum og ábendingunum sem við höfum veitt, vonum við að þér líði nógu sjálfstraust til að prófa að búa til þitt eigið laufabrauð heima. Þegar þú hefur náð tökum á tækninni muntu geta gert tilraunir með mismunandi bragði og fyllingar til að búa til þína eigin einstöku rétti. Svo farðu á undan og prófaðu - við erum viss um að þú munt elska árangurinn!

www.ingramcontent.com/pod-product-compliance
Lightning Source LLC
LaVergne TN
LVHW011031061026
849535LV00006B/2057

* 9 7 8 1 8 3 5 5 1 9 3 6 3 *